ഗോസായിക്കുന്ന്

gosayikkunnu

•

kiliroor radhakrishnan

•

first edition
november 2007

•

second edition
november 2008

•

typesetting and published
chintha publishers, thiruvananthapuram

•

•

cover
anil vega

•

illustration
sumesh vazhoor

വിതരണം

ദേശാഭിമാനി ബുക്ക് ഹൗസ്
H O തിരുവനന്തപുരം–695 001

ബ്രാഞ്ചുകൾ

ദേശാഭിമാനി റോഡ് തിരുവനന്തപുരം • ഓവർബ്രിഡ്ജ് തിരുവനന്തപുരം • കെ എസ് ആർ ടി സി ബസ് സ്റ്റേഷൻ ആലപ്പുഴ • കെ എസ് ആർ ടി സി ബസ് സ്റ്റേഷൻ എറണാകുളം • ഐ ജി റോഡ് കോഴിക്കോട് • കെ എസ് ആർ ടി സി ബസ് സ്റ്റേഷൻ കോഴിക്കോട് • എൻ ജി ഒ യൂണിയൻ ബിൽഡിംഗ് കണ്ണൂർ

CR - 858 / 2129

ഗോസായിക്കുന്ന്

ബാലസാഹിത്യം

കിളിരൂർ രാധാകൃഷ്ണൻ

ചിന്ത പബ്ലിഷേഴ്സ്
തിരുവനന്തപുരം-695 001

കിളിരൂർ രാധാകൃഷ്ണൻ

1944 ജനുവരി 14-ന് കോട്ടയത്തിനടുത്ത് കിളിരൂരിൽ ജനിച്ചു. 1979 മുതൽ 2002 വരെ കറന്റ്-ഡിസി ബുക്സിൽ സേവനമനുഷ്ഠിച്ചു. രണ്ടു വർഷം പൂർണ പബ്ലിക്കേഷൻസിൽ പബ്ലിക്കേഷൻ കൺസൾട്ടന്റായിരുന്നു. കുറച്ചുകാലം പ്രവാസി മലയാളികൾക്കായി പ്രസിദ്ധീകരിക്കുന്ന *അമല* വാരികയുടെ ചീഫ് എഡിറ്റർ ആയി പ്രവർത്തിച്ചു.

അഭിശപ്തർ, പൂർവ്വാശ്രമം, അകത്തളങ്ങൾ, കടലാസുകപ്പൽ, ഇനി യാത്ര, ആരതി (നോവൽ), *അനുഭൂതികൾ, അപൂർവം ചിലർ, ദക്ഷിണ, നിങ്ങളറിയുന്ന ഒരാൾ, ദൈവത്തിന്റെ മുഖം, അച്ഛനും അമ്മയ്ക്കും സുഖംതന്നെ, നിഴൽക്കാഴ്ചകൾ* (കഥകൾ), *ഡി.സി. ഒരു കൊളാഷ്, ബഷീർ വേറിട്ട കാഴ്ചകൾ,ബഷീർ അബുവിന്റെ ഓർമ്മകൾ* (സ്മരണകൾ), *ഐസ്ക്രീം, കാട്, ദീപുവിന്റെ ലോകം, നന്മയുടെ പൂക്കൾ, നിറങ്ങൾ, അമ്മയോടൊപ്പം, ആനക്കഥ, ദൈവത്തിന്റെ സിംഹാസനം, പ്രകൃതിയുടെ സംഗീതം, സ്വർണത്താക്കോൽ, മുറ്റത്തെ മുല്ല, കാതലുള്ള കഥകൾ, കണ്ണന്റെ ദുഃഖം, തീവണ്ടിയിലെ സ്വപ്നം, ഉണ്ണിക്കഥകൾ, സ്നേഹസമുദ്രം, സ്നേഹദൂത്, ഒരിടത്തൊരു സുൽത്താൻ, നായയുണ്ട് സ്നേഹിക്കുക, മഹാഭാരതകഥകൾ കുട്ടികൾക്ക്, ഉണ്ണിക്കുട്ടന്റെ കാഴ്ചകൾ, നക്ഷത്രവെളിച്ചം, പുരാണകഥകൾ കുട്ടികൾക്ക്, കുട്ടികളുടെ ഐതിഹ്യമാല, ഈസോപ്പുകഥകൾ, വിക്രമാദിത്യകഥകൾ, ജാതകകഥകൾ, പഞ്ചതന്ത്രം, രക്തത്തിന്റെ കഥ, എവറസ്റ്റ് ഉയരങ്ങളിലേക്ക് എന്റെ യാത്ര, പോസ്റ്റ്മാസ്റ്റർക്കൊരു പാഴ്സൽ* തുടങ്ങി അമ്പതോളം കൃതികളുടെ കർത്താവ്.

ഭീമാ ബാലസാഹിത്യ പുരസ്കാരം, എസ് ബി ഐ ബാലസാഹിത്യ അവാർഡ്, എൻ സി ഇ ആർ ടി യുടെ ദേശീയപുരസ്കാരം, സംസ്ഥാന ബാലസാഹിത്യ ഇൻസ്റ്റിറ്റ്യൂട്ടിന്റെ 99-ലെ അവാർഡ്, സാഹിത്യ അക്കാദമിയുടെ ശ്രീ പത്മനാഭ സമ്മാനം എന്നിവ ലഭിച്ചിട്ടുണ്ട്.

ഭാര്യ : ഇന്ദിരാദേവി
മക്കൾ : കവിത, ഹരി
വിലാസം : ഹരി,
കോട്ടയം – 686 030

ഗോസായിക്കുന്നിലേക്ക്

കുന്നിലും മലയിലുമൊക്കെ ഓടിക്കയറാൻ കൂട്ടുകാർക്ക് ഇഷ്ടമാണല്ലോ, അല്ലേ?

എങ്കിൽ വരൂ, നമുക്കീ ഗോസായിക്കുന്നിലൊന്ന് കയറിനോക്കാം.

നമുക്കവിടെ പലതും കാണാനുണ്ട്. ശപിക്കപ്പെട്ട ഒരുകൂട്ടം മനുഷ്യർ... എല്ലുംതോലുമായ അവരുടെ കുഞ്ഞുങ്ങൾ! അവരുടെ കണ്ണുനീർപോലും ആവിയാക്കിക്കളയുന്ന വരണ്ട കാറ്റ്... പക്ഷേ, അവിടെ മറ്റൊന്നുകൂടിയുണ്ട്. “സ്നേഹം.. സ്നേഹം..” എന്ന ചിറകടിശബ്ദത്തോടെ പറന്നുവരുന്ന സ്നേഹക്കിളി!

ആ കിളിയാണ് അഭിയെ അവിടെയെത്തിച്ചത്.

അഭിയെ അറിയില്ലേ?

സമ്പന്നതയുടെ മടിത്തട്ടിലും സന്തോഷവും സ്നേഹവും എന്തെന്നറിയാൻ ഭാഗ്യം ലഭിക്കാത്ത കുട്ടി. പക്ഷേ, പിന്നീട് അതെല്ലാം അഭി സ്വന്തമാക്കി. ആ വിജയത്തിന്റെ കഥയാണ് ഗോസായിക്കുന്ന്.

ഇനി അഭിതന്നെ നിങ്ങളെ ഗോസായിക്കുന്നിലേക്ക് കൂട്ടിക്കൊണ്ടുപോകും.

പുറപ്പെട്ടോളൂ...

ഒന്ന്

അഭിക്ക് വല്ലാതെ ബോറടിച്ചു. കുറെ നേരമായി അവൻ തനിച്ചിരുന്ന് വീഡിയോ ഗെയിം കളിക്കുകയായിരുന്നു. അതെല്ലാം ഇട്ടെറിഞ്ഞ് അവൻ വിശാലമായ സിറ്റിങ് റൂമിലേക്ക് നടന്നു.

അവിടെങ്ങും ആരുമില്ല.

മമ്മി ഇനിയും വന്നിട്ടില്ല. പപ്പാ പറയുംപോലെ നാടു നന്നാക്കാൻ പോയിരിക്കുകയാവും. പാതിരാത്രിയാവാതെ പ്രതീക്ഷിക്കേണ്ട. അപ്പോഴേക്കും അഭി രണ്ടുറക്കം കഴിഞ്ഞിരിക്കും.

പപ്പാ നേരത്തെ വരാറുള്ളതാണല്ലോ. ഇന്നെന്തുപറ്റി. ഒരു നിമിഷം ആലോചിച്ചിട്ട് അവൻ മുകളിലത്തെ നിലയിലെ പപ്പായുടെ സ്വകാര്യമുറിയിലേക്ക് നടന്നു. മുറിക്കകത്ത് ലൈറ്റ് കത്തുന്നുണ്ട്.

പപ്പാ അവിടെയുണ്ടെന്ന് അഭിക്ക് ഉറപ്പായി. അവനറിയാം പപ്പാ അവിടെ എന്തു ചെയ്യുകയാണെന്ന്. സ്വകാര്യമായി ഇരുന്ന് മദ്യപിക്കുകയാവും. കുറെ കഴിച്ചു കഴിയുമ്പോൾ മെല്ലെ വയലിനെടുത്തു മീട്ടാൻ തുടങ്ങും.

അഭി മുറിയിലേക്കു കടന്നുചെല്ലുമ്പോൾ പപ്പാ വയലിൻ കയ്യിലെടുത്തുകഴിഞ്ഞിരുന്നു. അതിനർത്ഥം സാമാന്യം നന്നായി മദ്യപിച്ചിരിക്കുന്നു എന്നാണ്. അവനെ കണ്ടതും വയലിൻ മേശമേൽതന്നെ വച്ചിട്ട് പപ്പാ അവന്റെ നേരെ കൈനീട്ടി:

"വാ... എന്റെ പൊന്നുമോൻ വാ...പപ്പായ്ക്ക് ഒരുമ്മതാ..."

പപ്പാ എത്ര മദ്യപിച്ചാലും അഭിയോട് ഇഷ്ടം കൂടുകയേ ഉള്ളൂ. അതവനറിയാം. അതുകൊണ്ട് അടുത്തുചെല്ലാൻ അവനു ഭയമൊന്നും തോന്നാറില്ല.

അഭി അടുത്തുചെന്നപ്പോൾ പപ്പാ അവനെ വാരിയെടുത്തു മടിയിലിരുത്തി. അവനെ ഉമ്മകൾകൊണ്ട് പൊതിഞ്ഞു. ഉമ്മ കിട്ടുന്നത് ഇഷ്ടമാണെങ്കിലും മദ്യത്തിന്റെ രൂക്ഷമായ മണം അഭിക്ക് ഇഷ്ടമല്ല.

എന്നും ചോദിക്കാറുള്ള ചോദ്യം ഇന്നും അവൻ ആവർത്തിച്ചു:

“പപ്പാ, ഇങ്ങനെ കുടിക്കരുതെന്ന് മമ്മി പറഞ്ഞിട്ടില്ലേ? പിന്നെയെന്തിനാ ഇന്നും കുടിച്ചത്?”

“ഒരു മമ്മി... പോകാൻ പറ അവളോട്... പോയി ചാകട്ടെ നാശം... അവൾക്ക് എന്നെ വേണ്ട... എന്റെ പൊന്നുമോനേം വേണ്ട...”

“എന്നാലും പപ്പാ ഇങ്ങനെ കുടിക്കരുത്..”

“ഇല്ല. എന്റെ അഭിമോൻ പറഞ്ഞാൽ പപ്പാ അനുസരിക്കും. ഇനിയൊരിക്കലും പപ്പാ കുടിക്കില്ല. സത്യം... പോരെ?”

അഭിക്കറിയാം അതിലൊരു കാര്യവുമില്ലെന്ന്. ഇങ്ങനെ ഒരു നൂറുവട്ടമെങ്കിലും പപ്പാ സത്യം ചെയ്തിട്ടുള്ളതാണല്ലോ. പക്ഷേ, പിറ്റേന്നും സന്ധ്യയായാൽ പപ്പാ സ്വകാര്യമുറിയിലേക്കു കയറും. കുറെ കഴിയുമ്പോൾ വയലിന്റെ നാദം ഉയരും. അപ്പോൾ വീഡിയോ ഗെയിം കളിക്കുകയായിരിക്കും അഭി. പപ്പാ തന്നോട് തലേന്നു ചെയ്ത സത്യത്തെക്കുറിച്ച് അവൻ അപ്പോൾ ഓർക്കും. അവനു ചിരിയും കരച്ചിലും ഒപ്പം വരും.

അഭിയുടെ പപ്പാ നഗരത്തിലെ വലിയ ബിസിനസുകാരനാണ്. സ്വർണക്കടയും ഇരുമ്പുവ്യാപാരവും വിദേശമദ്യവ്യാപാരവുമൊക്കെയുണ്ട് അദ്ദേഹത്തിന്. ലക്ഷങ്ങളും കോടികളും ലാഭമുണ്ടാക്കുന്ന സമർത്ഥൻ.

ആ വീട്ടിൽ മൂന്നു കാറുകളുണ്ട്. ഒരു ജീപ്പും. രണ്ടു

നിലകളിലായി പന്ത്രണ്ട് മുറികളുള്ള വലിയ വീട്. എല്ലാ വിധ ആധുനിക സജ്ജീകരണങ്ങളും അവിടെയുണ്ട്. അടുക്കളപ്പണിക്കും പുറംപണിക്കുമായി നാലഞ്ച് ജോലിക്കാരുണ്ട്. തോട്ടം നനയ്ക്കാനും ചെടികൾ പരിപാലിക്കാനും മാത്രമായി ഒരാൾ വേറെയുമുണ്ട്. മൂന്നു വണ്ടിക്കുംകൂടി നാല് ഡ്രൈവർമാരുണ്ട്. ചുരുക്കത്തിൽ അവിടെ ഒരുത്സവം നടത്താനുള്ള ആളുകളുണ്ട്.

പക്ഷേ, താൻ ഈ വലിയ വീട്ടിൽ ഒറ്റയ്ക്കാണെന്നാണ് അഭിയുടെ തോന്നൽ!

പറഞ്ഞറിയിക്കാനാവാത്ത എന്തോ ഒരുതരം വീർപ്പുമുട്ടൽ അവനെപ്പോഴും അനുഭവപ്പെടുന്നുണ്ട്.

അഭിയെ മടിയിലിരുത്തി താലോലിക്കുമ്പോൾ അവന്റെ പപ്പായ്ക്ക് ലേശം കുറ്റബോധം തോന്നി. അതുകൊണ്ടാവാം അദ്ദേഹം പിന്നെ കുടിച്ചില്ല. അദ്ദേഹം അവന്റെ കയ്യും പിടിച്ച് താഴേക്ക് ഇറങ്ങി.

"ഓ മണി ഒൻപതാകുന്നല്ലോ. പപ്പാടെ പൊന്നുമോന് വിശക്കുന്നുണ്ടാവും, ഇല്ലേ? നമുക്ക് വല്ലതും കഴിക്കാംല്ലേ, മോനേ?"

അഭി മറുപടിയൊന്നും പറയാതെ പപ്പായുടെ ഒപ്പം കൈ കഴുകി ഡൈനിങ് ടേബിളിനടുത്ത് ഇട്ട കസേരയിൽ കയറി ഇരുന്നു. കുഞ്ഞമ്മച്ചേടത്തി പാത്രങ്ങൾ നിരത്തി. ചപ്പാത്തിയും കോഴിക്കറിയും അഭിക്ക് ഇഷ്ടമാണ്. പക്ഷേ, ഇന്നെന്തോ അവന് അതു കഴിക്കാൻ വലിയ താത്പര്യമൊന്നും തോന്നിയില്ല. പപ്പാ നിർബന്ധിച്ചപ്പോൾ അവൻ ഒരുതുണ്ട് ചപ്പാത്തി മുറിച്ചു വായിൽ വച്ചു. പക്ഷേ, അവന് മനംമറിയുന്നതായി തോന്നി. അവൻ വാഷ്ബേസിനരികിലേക്ക് ഓടി. ഓക്കാനിക്കുകയും തുടർന്ന് ഛർദ്ദിക്കുകയും ചെയ്തു. അതുകണ്ട് പപ്പാ ഓടിച്ചെന്ന് അവന്റെ പുറം തിരുമ്മി.

അഭി വല്ലാതെ തളർന്നുപോയി. അവന്റെ ദേഹത്ത് നല്ല ചൂടുണ്ടെന്ന് പപ്പായ്ക്ക് തോന്നി. ശബ്ദം കേട്ട് ഓടി വന്ന അടുക്കളക്കാരിയും അവനെ തൊട്ടുനോക്കിയിട്ടു പറഞ്ഞു:

"അയ്യോ, കുഞ്ഞിന് തീപോലെ പൊള്ളുന്നല്ലോ... ഇപ്പഴിവിടൊക്കെ ഒരുതരം അഴുക്ക പനി പടർന്നിട്ടുണ്ട്. മൊതലാളീ, കുഞ്ഞിനെ വേഗം ഡോക്ടറെ കാണിക്കണം..."

പപ്പായും അതുതന്നെയാണ് ചിന്തിച്ചിരുന്നത്. അദ്ദേഹം വേഗം അവനെയും എടുത്ത് പുറത്തേക്കിറങ്ങി. ഡ്രൈവർ ഗോപി കാർ സ്റ്റാർട്ട് ചെയ്തുകഴിഞ്ഞിരുന്നു. പപ്പാ അഭിയെയുംകൊണ്ട് പിൻസീറ്റിൽ കയറി വാതിലടച്ചതും കാർ ഇരമ്പിനീങ്ങി.

അഭിക്ക് വല്ലാത്ത ക്ഷീണം തോന്നി.

അവന്റെ കണ്ണുകൾ ജ്വലിക്കുന്നതുപോലെ...

നല്ല പനിയുണ്ടായിരുന്നു അവന്.

നഗരത്തിലെ ഏറ്റവും വലിയ സ്വകാര്യാശുപത്രിയിലേക്ക് വണ്ടി അതിവേഗം കുതിച്ചുപാഞ്ഞു.

രണ്ട്

അഭി കണ്ണു തുറന്ന് ആദ്യം നോക്കിയത് മമ്മിയുടെ മുഖത്തേക്കാണ്. മമ്മി കരഞ്ഞെന്നു തോന്നുന്നു. മുഖമാകെ അലങ്കോലമായിട്ടുണ്ട്. കണ്ണുനീരും കൺമഷിയും പിന്നെ റൂഷും എല്ലാംകൂടി കുഴഞ്ഞ് സ്കൂൾ വാർഷികത്തിന് ഫാൻസിഡ്രസ് മത്സരത്തിൽ പൈശാചികയായി വേഷമിട്ടു വന്ന ഫർണാണ്ടസിനെപ്പോലെയുണ്ട്. അവനു ചിരി പൊട്ടിപ്പോയി.

“ഓ... മൈ ഗോഡ്! അഭി ചിരിക്കുന്നു! എന്റെ പൊന്നുമോനേ... നിനക്കെന്താടാ പറ്റിയത്? ഇതുവരെ ബോധം പോലുമില്ലാരുന്നല്ലോ...”

“അവനെ സ്നേഹിക്കുന്ന ഒരു തള്ളയില്ലാതായിപ്പോയി. അതാ അവനു പറ്റിയത്...”

കുറച്ചപ്പുറത്തു മാറിയിരുന്ന പപ്പാ കട്ടിലിനടുത്തേക്കു വന്നിട്ടു പറഞ്ഞു. മമ്മിയുടെ മുഖം രൂക്ഷമാകുന്നത് അഭി ശ്രദ്ധിച്ചു. ഒരു വഴക്കു തുടങ്ങാൻ പോകുകയാണെന്ന് അവൻ ഭയപ്പെടുകയും ചെയ്തു.

ഭാഗ്യം, ഒന്നുമുണ്ടായില്ല. ഡോക്ടർ മുറിയിലേക്കു

കടന്നുവന്നു. ഡോക്ടറെ കണ്ടപ്പോഴാണ് താൻ ആശുപത്രിമുറിയിലാണെന്ന ബോധം അഭിക്കുണ്ടായത്. രാത്രി പപ്പായോടൊപ്പം ചപ്പാത്തി തിന്നതും ഛർദ്ദിച്ചതുമൊക്കെ അവന് ഓർമവന്നു. നല്ല പനിയുമുണ്ടായിരുന്നു.

"ടെമ്പറേച്ചർ താണിട്ടുണ്ട്... നൗ ഹീ ഈസ് ഓകെ..."

അങ്ങനെ പറഞ്ഞിട്ട് ഡോക്ടർ അവന്റെ കവിളിൽ തട്ടി പുഞ്ചിരിച്ചുകൊണ്ട് ഇറങ്ങിപ്പോയി. പപ്പായും ഡോക്ടറുടെ പിന്നാലെ പുറത്തേക്കു പോയി.

"അഭീ, മോന് സുഖം തോന്ന്ണ്ണ്ടോ...?" മമ്മി ചോദിച്ചു.

"ഉം."

"മോൻ മമ്മിയോട് പിണക്കാണോ?"

"ഊംഹും..."

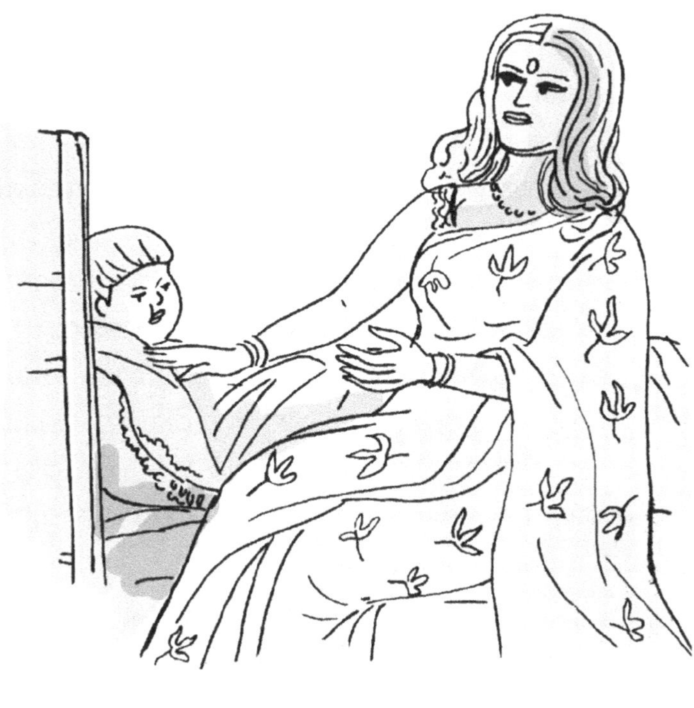

"രാത്രി മമ്മി ഇച്ചിരി ലേറ്റായിട്ടാ വന്നത്... അപ്പഴാ മോന് പനിയായിട്ട് ഇങ്ങോട്ടു പോന്നെന്ന് കുഞ്ഞമ്മച്ചേടത്തി പറഞ്ഞത്. സോറി മോനെ..."

അഭിയൊന്നും പറഞ്ഞില്ല. വെറുതെ ഒന്നു ചിരിച്ചു. മമ്മിയുടെ ഈ പല്ലവിയും അവൻ പലതവണ കേട്ടിട്ടുണ്ട്. മമ്മിയുടെ സൊസൈറ്റിപ്രവർത്തനം കാരണം എന്നും മമ്മി ലേറ്റായിട്ടേ വരാറുള്ളു. പലപ്പോഴും അഭി നല്ല ഉറക്കംപിടിച്ചിരിക്കും; അപ്പോഴേക്കും. തുടർന്നു മമ്മിയും പപ്പായും തമ്മിലുള്ള വാക്കുതർക്കങ്ങളുടെ ശബ്ദം കേട്ട് ഉണരുമ്പോഴാണ് മമ്മി വന്ന കാര്യം അവനറിയുക. അപ്പോൾ അവന്റെയടുത്ത് വന്ന് രണ്ടുമ്മ നൽകിയിട്ട് നേരത്തെ പറഞ്ഞ അതേ വാക്കുകൾ മമ്മി പറയും.

പപ്പായും മമ്മിയും ഒന്നിച്ച് വൈകുന്നേരങ്ങളിലോ ഞായറാഴ്ചകളിലോ സിനിമയ്ക്കോ ബീച്ചിലോ ഒക്കെ പോകണമെന്ന് അവനാഗ്രഹമുണ്ട്. അങ്ങനെ രണ്ടുമൂന്നു തവണ പോയതിന്റെ നേർത്ത ഓർമ അവനുണ്ട്. പക്ഷേ, അടുത്ത കാലത്തൊന്നും അതിനു സാധിച്ചിട്ടില്ല.

എങ്ങും പോകണ്ട. അവർ രണ്ടുപേരും സന്തോഷത്തോടെ വർത്തമാനം പറയുകയും ഒന്നിച്ചിരുന്നു ഭക്ഷണം കഴിക്കുകയെങ്കിലും ചെയ്താൽ മതിയായിരുന്നു.

അപ്പോൾ അവൻ വലിയപ്പനെയും വലിയമ്മയെയും ഓർത്തു. രണ്ടുപേർക്കും ഒരുപാട് വയസ്സായി. തനി നാട്ടിൻപുറത്തുകാർ. അവർക്ക് കാറും ഫ്രിഡ്ജും ടി.വിയുമൊന്നുമില്ല. പക്ഷേ, ആ പഴയ വീട്ടിൽ എപ്പോഴും സന്തോഷത്തിന്റെ ശബ്ദവും ഗന്ധവുമാണ് നിറഞ്ഞുനില്ക്കുന്നതെന്ന് അഭിക്ക് തോന്നാറുണ്ട്.

വല്ല്യപ്പച്ചൻ എന്തു പറഞ്ഞാലും വല്യമ്മച്ചി സമ്മതിച്ചുകൊടുക്കും. വല്യമ്മച്ചിയുടെ ഇഷ്ടംതന്നെയാണ് വല്യ

പ്പച്ചനും. അതുകൊണ്ട് അവർ തമ്മിൽ തർക്കമില്ല. വഴക്കില്ല. ഒച്ചയും ബഹളവുമൊന്നുമില്ല. കഴിഞ്ഞ വേനലവധിക്ക് അഭി ഒരാഴ്ച അവരോടൊപ്പം താമസിച്ചിരുന്നു. എന്ത് രസമായിരുന്നു!

പട്ടണത്തിലെപ്പോലെ ശ്വാസംമുട്ടിക്കുന്ന ഒരേർപ്പാടും അവിടെയില്ല. ഇഷ്ടംപോലെ പറമ്പിലും വയലിലുമൊക്കെ ഓടിനടക്കാം. മാമ്പഴവും ചക്കപ്പഴവും ഉള്ളിച്ചാമ്പങ്ങയും പേരയ്ക്കയും കപ്പളങ്ങയുമൊക്കെ ഇഷ്ടംപോലെ തിന്നാം. വല്യമ്മച്ചിയുണ്ടാക്കുന്ന വെള്ളേപ്പത്തിന്റെ സ്വാദ് ഇപ്പോഴും അഭിയുടെ നാവിൻതുമ്പിലുണ്ട്. ആ ചെമ്മീൻകറിയോ... ഹായ്!

ഏറ്റവും രസം അതൊന്നുമല്ല. സന്ധ്യയ്ക്ക് പ്രാർത്ഥന കഴിഞ്ഞുള്ള ഒരു പരിപാടിയുണ്ട് വല്യപ്പച്ചന്. അഭിക്ക് കേൾക്കാനായി വല്യപ്പച്ചൻ പഴയ മാർഗംകളിപ്പാട്ടും നാടൻപാട്ടുകളുമൊക്കെ ഉറക്കെപ്പാടും. വല്യമ്മച്ചിയും ചിലപ്പോൾ കൂടെ പാടും. എന്തു രസമാണെന്നോ അത് കേട്ടിരിക്കാൻ. കുറെ വരികളൊക്കെ അഭിയും പഠിച്ചിട്ടുണ്ട്.

അത്താഴം ഊണുകഴിഞ്ഞാൽ അഭി വല്യപ്പച്ചന്റെയും വല്യമ്മച്ചിയുടെയും നടുക്കാണ് ഉറങ്ങാൻ കിടക്കുക. വല്യമ്മച്ചിക്ക് ഒരുപാട് കഥകളറിയാം. ഓർമക്കുറവുകൊണ്ടു വല്ല തെറ്റും വരുത്തിയാൽ വല്യപ്പച്ചൻ തിരുത്തും.

ഹായ്! എന്ത് രസമായിരുന്നു ആ നാളുകൾ. ടി.വിയോ വീഡിയോഗെയിമോ ഒന്നും നൽകാത്ത ഒരാഹ്ലാദം! ഏറ്റവും അത്ഭുതമതല്ല. വല്യപ്പച്ചനോ വല്യമ്മച്ചിയോ ഒരിക്കലെങ്കിലും അഭിയുടെ ക്ലാസിലെ റാങ്ക് എത്ര എന്നു ചോദിച്ചില്ല. നഗരത്തിലാണെങ്കിൽ പപ്പയും മമ്മിയും, എന്തിന്; പരിചയക്കാർ മുഴുവൻ സദാ ചോദിക്കുന്ന ചോദ്യം അതാണ്. അത് മാത്രമാണ്.

"എന്താ മോനേ ആലോചിക്കുന്നത്?" മമ്മി ചോദിച്ചു.

"എനിക്ക് വല്യപ്പച്ചനെയും വല്യമ്മച്ചിയെയും കാണണം മമ്മീ..."

"പനി മാറട്ടെ. ഈ ക്രിസ്മസിന് നമുക്ക് പോകാം."

"പ്രോമിസ്?"

"പ്രോമിസ്!"

അഭിയുടെ മുഖം തെളിഞ്ഞു. ഇത് ഒക്ടോബർ. കഷ്ടിച്ച് രണ്ട് മാസം ക്ഷമിച്ചാൽ മതിയല്ലോ എന്ന് അവൻ ആശ്വസിച്ചു. അപ്പോൾ മുറിയിലേക്കു വന്ന പപ്പായോട് മമ്മി പറഞ്ഞു:

"മോന് വല്യപ്പച്ചനെയും വല്യമ്മച്ചിയെയും കാണണമെന്ന്... ക്രിസ്മസിനു പോകാന്ന് ഞാൻ പറയേര്ന്ന്..."

"പോകാം മോനേ..."

പപ്പായും സമ്മതം മൂളിയപ്പോൾ അവനു സന്തോഷമായി. ഈ രണ്ടു കാര്യത്തിലെങ്കിലും പപ്പായും മമ്മിയും സ്വരച്ചേർച്ചയിലെത്തിയല്ലോ എന്ന സന്തോഷം വേറെയും.

അവൻ വീണ്ടും കണ്ണടച്ചു കിടന്നു.

പപ്പായും മമ്മിയും പരസ്പരം നോക്കി. രണ്ടുപേരുടെയും കണ്ണുകളിൽ കുറ്റബോധമുണ്ടായിരുന്നു.

മൂന്ന്

പപ്പായും മമ്മിയും വാക്കു പാലിച്ചു.

ആ ക്രിസ്മസിന് അവർ വല്യപ്പച്ചന്റെയും വല്യമ്മച്ചിയുടെയും അടുത്തെത്തി. പപ്പായുടെ അപ്പനും അമ്മയുമാണവർ. പപ്പാ തന്നെപ്പോലെ കുട്ടിയായിരുന്നപ്പോൾ ഇവിടെയാണ് ഓടിക്കളിച്ചതും പാടിത്തകർത്തതും. സത്യത്തിൽ അഭിക്ക് പപ്പായോട് അസൂയ തോന്നിപ്പോയി.

ക്രിസ്മസ് ആഹ്ലാദകരമായിരുന്നു. പപ്പായും മമ്മിയും വഴക്കൊന്നും കൂടാതെ വല്യപ്പച്ചനോടും വല്യമ്മച്ചിയോടുമൊത്ത് പള്ളിയിൽ പോകുകയും പ്രാർത്ഥിക്കുകയും ഒക്കെ ചെയ്യുന്നതു കണ്ടപ്പോൾ അഭിക്ക് സന്തോഷം തോന്നി. ഈ മമ്മിക്കെന്നും ഇങ്ങനെയൊക്കെ ജീവിച്ചുകൂടെ? ഇന്നർവീലിന്റെ മീറ്റിങ്ങെന്നും കെന്നൽ ക്ലബ്ബിന്റെ വാർഷികമെന്നുമൊക്കെ പറഞ്ഞു ചാടിപ്പുറപ്പെടേണ്ട വല്ല കാര്യവുമുണ്ടോ?

പപ്പായ്ക്കും ഇതുപോലെ മര്യാദക്കാരനായി കള്ളുകുടിക്കാതെ, മമ്മിയോട് വഴക്കുണ്ടാക്കാതെ എന്നും കഴിഞ്ഞാലെന്താ? അതല്ലേ അഭിക്ക് ഇഷ്ടം! പപ്പാ കള്ളു

കുടിക്കുമെന്ന കാര്യം വല്യപ്പച്ചന് അറിയില്ല. അഭി പറഞ്ഞിട്ടുമില്ല.

ഒരു രസമുണ്ടായി.

ക്രിസ്മസിന്റെ തലേന്നു രാത്രിയാണ്. വല്യപ്പച്ചൻ പപ്പായെ വിളിച്ചു പറഞ്ഞു:

"എടാ മോനേ തമ്പിച്ചാ... ചെറേലെ ഔസേപ്പ് നമ്മടെ പന ചെത്തിയ കള്ള് കൊണ്ടുവന്നിട്ടുണ്ട്. അന്തിക്കള്ളാ... നല്ല മധുരാ... നെനക്ക് ഒരു ഗ്ലാസ് വേണോ?"

"അയ്യോ അപ്പാ... ഞാനതൊന്നും ഇതുവരെ ഉപയോഗിച്ചിട്ടില്ല..."

പപ്പാ അങ്ങനെ പറയുന്നതും കേട്ടാണ് അഭി അങ്ങോട്ടു ചെന്നത്. അവൻ ഒരു കള്ളച്ചിരിയോടെ പപ്പായെ ഒന്നു സൂക്ഷിച്ചുനോക്കി. പപ്പാ വല്യപ്പച്ചൻ കാണാതെ അവനെ കണ്ണിറുക്കിക്കാണിച്ചു. അപ്പോൾ പപ്പായ്ക്ക് വല്യപ്പച്ചനെ നല്ല പേടിയുണ്ടല്ലേ. ഇനി കുടിച്ചാൽ വല്യപ്പച്ചനോട് പറയുമെന്നു പേടിപ്പിക്കണം. അപ്പോൾപ്പിന്നെ കുടിക്കില്ലല്ലോ. അഭി ഉള്ളിൽ ഓർത്തുറപ്പിച്ചു.

കാര്യം എല്ലാവരും വളരെ സന്തോഷത്തിലായിരുന്നെങ്കിലും മമ്മിക്ക് അവിടത്തെ താമസം വലിയ ശ്വാസംമുട്ടലായിരുന്നു. എ സിയില്ല.. ടി വിയില്ല... തണുത്ത വെള്ളം കുടിക്കാൻ ഒരു ഫ്രിഡ്ജ് പോലുമില്ല എന്നൊക്കെ പിറുപിറുക്കുന്നത് അഭിയും കേട്ടു.

ക്രിസ്മസിന്റെ പിറ്റേന്നുതന്നെ പപ്പായും മമ്മിയും മടങ്ങിപ്പോയി. വല്യപ്പച്ചനും വല്യമ്മച്ചിയും നിർബന്ധിച്ചതുകൊണ്ട് അഭിക്ക് ഒരാഴ്ച അവിടെ നിൽക്കാൻ അനുവാദം കിട്ടി. അവനെ സംബന്ധിച്ചിടത്തോളം സ്വർഗം കിട്ടിയ സന്തോഷമായിരുന്നു.

വല്യപ്പച്ചന്റെ പാടത്തെ കാവൽക്കാരൻ രാമൻകുട്ടി യുടെ മകൻ വേണുവാണ് അഭിയുടെ ഏക ചങ്ങാതി. നാട്ടിൻപുറത്തു മറ്റൊരു കുട്ടിയുമായും അവനു പരിചയ മില്ല. വേണു എല്ലാ ദിവസവും രാവിലെ എത്തും. പിന്നെ വൈകുവോളം കളിയാണ്.

അഭിക്ക് അറിവില്ലാതിരുന്ന ഒരുപാട് കളികൾ വേണു അവനെ പഠിപ്പിച്ചു. ഒളിച്ചുകളി, കിളിത്തട്ടുകളി, ഉണ്ടയി ട്ടോട്ടം, ഈച്ചിക്കീച്ചീത്തമ്പാലം, ഇലയിട്ടുകളി, കക്കുകളി തുടങ്ങി എത്രയെത്ര രസമുള്ള കളികൾ. നഗ രത്തിലെ കുട്ടികൾക്ക് കളിയെന്നാൽ ക്രിക്ക റ്റാണ്. മറ്റൊന്നും അവർക്കറിയില്ല. ക്രിക്ക റ്റിന്റെ നാടൻരൂപമായ 'കുട്ടിയും കോലും' കളിക്കാനും വേണുവിനറിയാം.

വേണുവിന് കളിപ്പാട്ടങ്ങൾ ഉണ്ടാ ക്കാനും അറിയാം. പച്ചോലകൊണ്ട് അവൻ മനോഹരമായി പന്തുണ്ടാക്കും. വെച്ചിങ്ങയും ഈർക്കിലും കപ്പത്തണ്ടു മൊക്കെ ഉപയോഗിച്ച് തയ്യൽമെഷീൻ, ലോറി, കാറ് തുടങ്ങിയവയൊക്കെ ഉണ്ടാക്കും. കട ലാസുകൊണ്ട് കപ്പലും വിമാനവും റോക്ക റ്റുമൊക്കെ ഉണ്ടാക്കും. ആ വിദ്യകളൊക്കെ വേണു അഭിയെയും പഠിപ്പിച്ചു.

സത്യത്തിൽ അഭിക്ക് വേണുവി നോട് വലിയ ബഹുമാനം തോ ന്നി. നിഷ്കളങ്കമായ അവന്റെ സ്നേഹം അഭിയെ വല്ലാ തെ ആകർഷിച്ചു. ചില കളികൾ കളിക്കു

മ്പോൾ ജയിക്കാൻവേണ്ടി അഭി ചില ചില്ലറക്കള്ളങ്ങൾ പറയുകയും പ്രവർത്തിക്കുകയും ചെയ്തപ്പോൾ കളിയിൽ അങ്ങനെയൊരു കള്ളത്തരം പ്രതീക്ഷിക്കുകപോലും ചെയ്യാത്ത വേണു കണ്ണടച്ച് സമ്മതിച്ചുകൊടുത്തു. എന്നാൽ അവനാകട്ടെ ഒരിക്കലും ഒരു പൊടിക്കള്ളം പോലും പറയുകയോ പ്രവർത്തിക്കുകയോ ചെയ്തുമില്ല. അപ്പോൾ അഭിക്ക് കുറ്റബോധം തോന്നി.

പിന്നെ അവൻ അങ്ങനെ ചെയ്തിട്ടില്ല. കളിയിലെ വിജയവും തോൽവിയുമൊക്കെ ഒരു ധാർമികതയുടെ പിൻബലത്തിലാവണമെന്നും ഒരിക്കലും ചങ്ങാതിയോട് വഞ്ചന കാട്ടരുതെന്നുമൊക്കെയുള്ള നല്ല പാഠങ്ങൾ വേണു സ്വയമറിയാതെതന്നെ അഭിയെ പഠിപ്പിക്കുകയായിരുന്നു.

വേണുവിന് വേറെയുമുണ്ടു ചില കഴിവുകൾ. അവൻ നന്നായി പാട്ടുപാടും. സിനിമാപ്പാട്ടുകളൊക്കെ അവന് ഹൃദിസ്ഥമാണ്. അതുപോലെ തന്നെ നന്നായി അഷ്ടപദി ചൊല്ലാനും അവനറിയാം. അമ്പലത്തിലെ സോപാനത്തിൽനിന്ന് പിഷാരടിമാഷ് പാടുന്നതു കേട്ടു പഠിച്ചതാണത്രെ.

പാട്ടു പാടുമ്പോൾ ശ്രുതി പിടിക്കാൻ അവനൊരു കുഞ്ഞു വീണയുണ്ട്. ചിരട്ട ഉപയോഗിച്ച് അവൻതന്നെ ഉണ്ടാക്കിയതാണ് ആ വീണ.

മരംകയറാനും അതിവിദഗ്ദ്ധനാണ് വേണു.

ഒരണ്ണാനെപ്പോലെ അവൻ ഉയരമേറിയ മരങ്ങളിൽ ഓടിക്കയറുന്നത് കാണുമ്പോൾ അഭിയുടെ കാൽ വിറയ്ക്കും. ഹൗ! എങ്ങാനും വീണുപോയാലോ? വേണുവിന് അപകടമൊന്നും പറ്റരുതേയെന്ന് അവനപ്പോൾ ഉള്ളുരുകി കർത്താവിനോട് പ്രാർത്ഥിക്കും.

ഇതൊന്നും ശ്രദ്ധിക്കാതെ മരത്തിന്റെ ഉച്ചിയിലിരുന്ന് വേണു പറഞ്ഞു:

"ചുമ്മാ കേറിവാ അഭീ... ഒന്നും പേടിക്കാനില്ലെന്നേ... ഹായ്! എന്ത് രസമാണെന്നോ ഇവിടെയിരുന്ന് ചുറ്റും നോക്കുമ്പോൾ...!"

"ഞാനില്ല വേണൂ... എനിക്ക് പേടിയാ..."

"അയ്യേ! ഇങ്ങനെയൊരു പേടിത്തൊണ്ടൻ... അഭീ... ദേ, ഇവിടന്ന് നോക്ക്യാലേ... നമ്മുടെ ഗോസായിക്കുന്നു വരെ കാണാം."

എത്രയൊക്കെ പ്രലോഭിപ്പിച്ചിട്ടും അഭി മരത്തിൽ കയറാൻ കൂട്ടാക്കിയില്ല. ആ വിദ്യ അവന് തീരെ അറിയുകയുമില്ലല്ലോ. എങ്കിലും താനും മരത്തിന് മുകളിൽ കയറി വേണുവിനൊപ്പം ഇരിക്കുന്നതായി അവൻ സങ്കൽപ്പിച്ച് രസിച്ചു. താഴെയിറങ്ങിയ വേണു അഭിയോടൊപ്പം നടക്കുകയാണ്. അപ്പോൾ അഭി കൗതുകപൂർവം ചോദിച്ചു:

"എവിടാ ഈ ഗോസായിക്കുന്ന്... നമുക്കവിടെയൊന്നു പോകാം?"

"അത് കുറച്ചു ദൂരെയാ അഭീ... ആദിവാസികളുടെ കൂട്ടമാണവിടെ മുഴുവൻ... നല്ല രസമാ ആ മലയിൽ കയറാൻ... പക്ഷേ, വല്യപ്പച്ചന്റെ അനുവാദം കിട്ട്യാലേ പോകാൻ പറ്റൂ..."

"അതിനെന്താ, ഞാൻ ഇന്നുതന്നെ വല്യപ്പച്ചന്റെ അനുവാദം മേടിച്ചോളാം... നാളെ രാവിലെ നമുക്ക് പോകാം?"

"ശരി." വേണു സമ്മതിച്ചു.

നാല്

രാത്രി അത്താഴമൊക്കെ കഴിഞ്ഞ് വല്യപ്പച്ചനും വല്യമ്മച്ചിയും വർത്തമാനം പറഞ്ഞിരിക്കുമ്പോഴാണ് അഭി സൂത്രത്തിൽ കാര്യം അവതരിപ്പിച്ചത്:

"വല്യപ്പച്ചാ... ഞാനും വേണൂംകൂടി നാളെ ഗോസായിക്കുന്ന് കാണാൻ പൊയ്ക്കോട്ടെ?"

"ഗോസായിക്കുന്നോ? എന്താടാ അവിടിത്ര കാണാനിരിക്കുന്നത്..." ശാപംപിടിച്ച സ്ഥലം... ഹും! അത് പോയി കാണാഞ്ഞിട്ടാ..."

"വേണു പറഞ്ഞല്ലോ ആ കുന്നു കയറാൻ നല്ല രസമാണെന്ന്..."

"അവനതൊക്കെപ്പറയും. മരംകേറിയല്ലേ അവൻ. പക്ഷേ, അവന്റെയൊപ്പം നീയീ പിളുന്തത്തടിയും വച്ചു കയറിയാൽ വാടിയ ചേമ്പിലപോലെയാകും..."

അഭിക്ക് തടിയിത്തിരി കൂടുതലാണ്. ഒരുണ്ണിഗ്ഗുടവയറുമുണ്ട്. എന്നുവച്ച് വലിയ പൊണ്ണത്തടിയനൊന്നുമല്ല. വല്യപ്പച്ചൻ കളിയാക്കിയപ്പോൾ അവൻ മുഖം വീർപ്പിച്ചു. അതു കണ്ടു പൊട്ടിച്ചിരിച്ചുകൊണ്ട് വല്യപ്പച്ചൻ പറഞ്ഞു:

“വല്യപ്പച്ചൻ വെറുതെ പറഞ്ഞതല്ലേടാ മോനേ... എന്റെ പൊന്നുമോൻ നല്ല മിടുക്കനല്ലെ...”

ആ അവസരം അഭി ശരിക്കും ഉപയോഗിച്ചു:

‘‘എങ്കിൽ ഞാൻ ഗോസായിക്കുന്നിൽ പൊയ്ക്കോട്ടെ?”

“പൊയ്ക്കോ... പക്ഷേ, സൂക്ഷിക്കണം. അതൊരു ശാപംപിടിച്ച സ്ഥലമാ...”

“അതെന്താ വല്യപ്പച്ചാ?”

“പണ്ടു പണ്ട് അവിടെയൊരു ഗോസായി വന്ന് തപസ്സിരുന്നുവെന്നാണ് ഐതിഹ്യം. അന്ന് ആ മലയിലാകെ ധാരാളം പഴങ്ങൾ നിറഞ്ഞ വൃക്ഷങ്ങളുണ്ടായിരുന്നു. മാമ്പഴവും ചക്കപ്പഴവും പേരയ്ക്കയും അങ്ങനെ ഒരുപാട് പഴങ്ങൾ. ധാരാളം കിഴങ്ങുകൾ... ചേമ്പ്, ചേന, കാച്ചിൽ... അങ്ങനെ പലതും! ഒക്കെ ഗോസായീടെ അനുഗ്രഹംകൊണ്ടാത്രെ. ആ മലയിലും താഴ്‌വാരത്തിലുമായി ഒരുപാട് ആദിവാസികൾ താമസിച്ചിരുന്നു. അവർ ദിവസവും ഗോസായിക്ക് കാഴ്ചകൾ നൽകും. അദ്ദേഹത്തിന്റെ കാൽ തൊട്ടു വന്ദിക്കും. ഗോസായി അവരെ അനുഗ്രഹിക്കും...”

വല്യപ്പച്ചൻ കഥയൊന്നു നിർത്തി. അഭിയും വല്യമ്മച്ചിയും കാതോർത്തിരിക്കുകയാണ്. വെറ്റിലച്ചെല്ലം അടുപ്പിച്ചുവച്ച് വല്യപ്പച്ചൻ മുറുക്കാനുള്ള വട്ടമാണ്. വല്യമ്മച്ചിക്ക് അതത്ര പിടിച്ചില്ല.

“ഇതിയാനാ കഥ മുഴുവൻ കൊച്ചിന് പറഞ്ഞുകൊടുത്തേച്ചു മുറുക്ക് മനുഷേനേ...!”

“കൊച്ചിനാണോ നിനക്കാണോ കഥ കേൾക്കാൻ തിരക്ക്?”

ഒരു കള്ളച്ചിരിയോടെ വല്യപ്പച്ചൻ ചോദിച്ചു. വല്യമ്മച്ചിക്ക് നാണം വന്നു. അതു മറയ്ക്കാൻ ശ്രമിച്ചുകൊണ്ട് അവർ പറഞ്ഞു:

"ഓ... പിന്നെ... ഞാനിതെത്ര തവണ കേട്ടതാ..."

"പറ വല്യപ്പച്ചാ... ബാക്കി കഥ പറ....!"

അഭിയുടെ ക്ഷമയും അസ്തമിച്ചു. വല്യപ്പച്ചൻ കഥ തുടർന്നു:

"ഒരു ദിവസം എവിടെനിന്നോ ഒരു പഞ്ചവർണക്കിളി പറന്നെത്തി. അത് നേരെ ചെന്ന് ഗോസായിയുടെ മടിയിൽ ഇരുന്നു. കണ്ണടച്ച് ധ്യാനിക്കുകയായിരുന്ന ഗോസായി കണ്ണു തുറന്നുനോക്കുമ്പോൾ മടിയിലുണ്ടൊരു പഞ്ചവർണക്കിളി! ഗോസായി സ്നേഹപൂർവം അതിനെ തഴുകി. അപ്പോൾ കിളികൾ ഹൃദ്യമായ ഈണത്തിൽ

പാടാൻ തുടങ്ങി. അതൊരു സ്നേഹഗാഥയായിരുന്നു. ഗോസായിക്ക് അത് വളരെ ഇഷ്ടമായി. അന്നുമുതൽ ആ കിളി ഗോസായിയുടെ സന്തത സഹചാരിയായി മാറി. ഗോസായി അവളെ സ്നേഹക്കിളി എന്നാണ് വിളിച്ചിരുന്നത്.

ഗോസായിയുടെ ഭക്തരായ ആദിവാസികൾക്കും കിളിപ്പെണ്ണിനെ ഇഷ്ടമായി. അവരവളെ ഗോസായിക്ക് തുല്യം ബഹുമാനിക്കുകയും

ആരാധിക്കുകയും ചെയ്തുതുടങ്ങി. ഗോസായിക്കുള്ള ഫലമൂലാദികൾക്കൊപ്പം സ്നേഹക്കിളിക്കും അവർ പഴങ്ങൾ കൊണ്ടുവന്നു. അവർ കൈ കൂപ്പി കിളിമകളെ വന്ദിക്കും. എന്നിട്ട് അനുഗ്രഹത്തിനായി കൈപ്പത്തി നീട്ടിക്കാണിക്കും. അപ്പോൾ കിളിമകൾ ആ കൈപ്പത്തിയിൽ നോവിക്കാതെ ഒന്നു കൊത്തും! അതൊരു മഹാനുഗ്രഹമായി ആദിവാസികൾ കരുതി.

അങ്ങനെ സ്നേഹത്തിന്റെ മലയായി ഗോസായി മല മാറി. അവിടെ സ്നേഹപ്പൂക്കൾ വിടർന്നു. സ്നേഹപ്പഴങ്ങൾ നിറഞ്ഞു. സ്നേഹപ്പാട്ടുകൾ അലയടിച്ചു. എല്ലാവരും സന്തുഷ്ടരായിരുന്നു. എല്ലാവരെയും സന്തോഷിപ്പിച്ചുകൊണ്ട് സ്നേഹക്കിളി സ്നേഹഗാനങ്ങൾ മൂളി! അവിടെനിന്നടിക്കുന്ന കാറ്റിൽപോലും സ്നേഹത്തിന്റെ ഗന്ധം നിറഞ്ഞിരുന്നു.

അത്രയുമായപ്പോൾ വല്യപ്പച്ചന്റെ തൊണ്ടയിടറി. ആ കണ്ണുകൾ നിറയുന്നത് അഭി കണ്ടു. വല്യമ്മച്ചിയുടെ കണ്ണുകളും നിറഞ്ഞുനിൽക്കുകയാണെന്ന് അവൻ കണ്ടു. അപ്പോൾ അവന്റെ കണ്ണുകളും നിറഞ്ഞു.

“എന്തിനാ വല്യപ്പച്ചനും വല്യമ്മച്ചിയും കരയുന്നത്?” അഭി ചോദിച്ചു.

“ഞങ്ങൾ കരഞ്ഞതല്ല മോനെ... സ്നേഹത്തെക്കുറിച്ചു പറയുമ്പോഴും ഓർക്കുമ്പോഴുമെല്ലാം ഞങ്ങളുടെ കണ്ണിങ്ങനെ നിറയും... ഇന്നത്തെ ലോകത്ത് ഒരു വിലയുമില്ലാത്തത് സ്നേഹത്തിനല്ലേ മോനെ...”

അതുകേട്ട് അഭിക്കും കരച്ചിൽ വന്നു. അവൻ വല്യപ്പച്ചനെയും വല്യമ്മച്ചിയെയും കെട്ടിപ്പിടിച്ച് ഉമ്മവച്ചിട്ടു പറഞ്ഞു:

“അഭിക്ക് വല്യപ്പച്ചനോടും വല്യമ്മച്ചിയോടും എത്ര സ്നേഹാണെന്നോ!”

"അത് ഞങ്ങക്കറിയാം മോനേ! പക്ഷേ, നീയും വലുതാകുമ്പോൾ പണത്തെ മാത്രം സ്നേഹിക്കാൻ തുടങ്ങും... അന്നു ഞങ്ങളൊന്നും കാണുകയില്ല. പക്ഷേ, എന്റെ പൊന്നുമോൻ ഒരിക്കലും അറിവില്ലാത്തവനാകരുത്. സ്നേഹമില്ലാത്തവനാകരുത്..."

"ഇല്ല വല്യപ്പച്ചാ... എനിക്കറിയാം സ്നേഹത്തിന്റെ വില!"

അഭിയുടെ ശബ്ദം കനത്തതായിരുന്നു... അവനത് വെറുതെ പറഞ്ഞതുമായിരുന്നില്ല. സ്നേഹത്തിനുവേണ്ടി, പരിഗണനയ്ക്കുവേണ്ടി ഉഴറുന്ന അവന്റെ മനസ്സിൽനിന്നും പുറത്തുവന്ന സത്യസന്ധമായ വാക്കുകളായിരുന്നു അത്. വല്യപ്പച്ചൻ വീണ്ടും കഥയിലേക്കു തിരിഞ്ഞു.

"അങ്ങനെയിരിക്കെ ഗോസായിക്ക് ഒരു ശിഷ്യനെ കിട്ടി. വടക്കെവിടെയോനിന്ന് വന്ന ഒരു ചെറുപ്പക്കാരൻ സന്ന്യാസി. തല മുണ്ഡനം ചെയ്ത് കാവിവസ്ത്രങ്ങൾ ധരിച്ച ഒരു യുവാവ്. അയാൾ ഗോസായിയുടെ കാലടിയിൽ നമസ്കരിച്ച് തന്നെ ഒരു ശിഷ്യനായി സ്വീകരിക്കണമെന്ന് അപേക്ഷിച്ചു. ഗോസായി അത് അനുവദിക്കുകയും ചെയ്തു. അങ്ങനെ ആ കൊച്ചു സന്ന്യാസിയെയും ആദിവാസികൾ ആദരിക്കാൻ തുടങ്ങി.

കാലം കുറെ ചെന്നപ്പോൾ കൊച്ചു സന്ന്യാസിയുടെ ഹൃദയത്തിൽ സ്നേഹക്കിളിയോട് അസൂയ മുളച്ചു. ഗുരുനാഥന്റെ ഹൃദയത്തിൽ സ്നേഹക്കിളിക്കുള്ളത്ര സ്ഥാനം ഒരിക്കലും തനിക്ക് ലഭിക്കുകയില്ലെന്ന് അയാൾക്ക് തോന്നി. സ്നേഹക്കിളിയാകട്ടെ കൊച്ചു സന്ന്യാസിയെ തീരെ അവഗണിക്കുകയും ചെയ്തു. ആ കാവിക്കുള്ളിൽ സ്നേഹത്തിന്റെ മന്ദ്രനാദം മുഴങ്ങുന്നില്ലെന്നും അവിടെയുള്ളത് അസൂയയുടെ പുക മാത്രമാണെന്നും ആദ്യം

മനസ്സിലാക്കിയതും സ്നേഹക്കിളിയായിരുന്നു. അതുകൊണ്ട് അവൾ അയാളിൽനിന്ന് എപ്പോഴും അകന്നുകഴിഞ്ഞു. അതും അയാൾക്ക് അവളോടുള്ള അപ്രീതി വർദ്ധിപ്പിച്ചു.

ആ യുവസന്ന്യാസി ആ പാവം കിളിയോടുള്ള പുകയുന്ന പകയുമായി കാലം കഴിച്ചു. ആ കിളിയുടെ കഥ കഴിച്ചല്ലാതെ തനിക്ക് സ്വസ്ഥത കിട്ടില്ലെന്ന് അയാൾ ഉറപ്പിച്ചു.

അഞ്ച്

വല്യപ്പച്ചൻ മുറ്റത്തിറങ്ങി കുറെ അകലെച്ചെന്ന് ചാമ്പമരത്തിന്റെ ചുവട്ടിലേക്ക് മുറുക്കാൻ നീട്ടിത്തുപ്പി. കിണ്ടിയിൽനിന്നു വെള്ളമെടുത്തു കുലുക്കുഴിഞ്ഞു തുപ്പി. വീണ്ടും വന്ന് ചാരുകസേരയിലിരുന്നു കഥ തുടർന്നു.

കൊച്ചു സന്ന്യാസിയുടെ മനസ്സിൽ മറ്റൊരു ചിന്തയുമില്ലെന്നായി. എങ്ങനെയും ആ സ്നേഹക്കിളിയെ വകവരുത്തണം. അതിനെ തക്കത്തിനു പിടിച്ച് കഴുത്തു ഞെരിച്ചു കൊല്ലാൻ വിഷമമൊന്നുമില്ല. പക്ഷേ അതപകടമാകും. ഗുരുനാഥൻ സത്യമറിഞ്ഞാൽ തന്നെ ശപിക്കും. ഇവിടെനിന്ന് ഓടിക്കും. അതു പാടില്ല. താനാണ് പിന്നിലെന്ന് ഗുരുനാഥൻ അറിയാത്തവിധം കിളിയെ കൊല്ലണം. അതിനുള്ള വഴികളാലോചിക്കുകയായിരുന്നു അയാൾ. അപ്പോൾ ഗുരുനാഥൻ അയാളെ വിളിച്ചു:

“വത്സാ, നീയിനിയും സന്ധ്യാപൂജയ്ക്കുള്ള പൂക്കൾ പറിച്ചില്ലേ?”

“ദാ, ഇപ്പോൾ കൊണ്ടുവരാം പ്രഭോ” എന്നു പറഞ്ഞു തിരിയുമ്പോൾ കണ്ട കാഴ്ച അയാളുടെ കോപം ജ്വലി

പ്പിക്കുന്നതായിരുന്നു. നമ്മുടെ സ്നേഹക്കിളി ചുണ്ടിൽ നാലഞ്ചു പൂക്കളും കൊത്തി പറന്നുവന്നു. അത് ഗോസായിയുടെ മുന്നിൽ ഇട്ടിട്ട് കിളി വീണ്ടും പൂക്കൾ കൊണ്ടു വരാനായി പറന്നുപോയി.

ഗോസായി ആ പോക്ക് നോക്കിയിരുന്നിട്ട് പുഞ്ചിരിയോടെ തന്റെ ശിഷ്യനെ നോക്കി. അദ്ദേഹം ഒന്നും പറഞ്ഞില്ലെങ്കിലും വാചാലമായിരുന്നു ആ നോട്ടം.

"ആ കിളിയെ കണ്ട് പഠിച്ചൂടെ നിനക്ക്. ഒരു പാവം പറവയായിരുന്നിട്ടും അതിന്റെ കൃത്യനിഷ്ഠ നീ കണ്ടില്ലേ? ആ സ്നേഹവും കരുതലും എത്ര വിലപ്പെട്ടതാണെന്ന് നിനക്കറിയാമോ?"

ഇങ്ങനെ എന്തെല്ലാമോ ഗുരുനാഥൻ തന്നോട് ചോദിക്കുകയാണെന്ന് അവനു തോന്നി. അവൻ പൂക്കൂടയുമെടുത്ത് പൂ പറിക്കാനിറങ്ങി. പൂക്കൾ നുള്ളി കൂടയിലിടുമ്പോൾ അവന്റെ മനസ്സിൽ ഒരു നാൾ ആ കിളിയുടെ കഴുത്തും ഇതുപോലെ നുള്ളിക്കളയണം എന്ന വിചാരമായിരുന്നു. അടിസ്ഥാനമില്ലാത്ത അസൂയയുടെ ചൂടിൽ അവനാകെ ഉരുകുകയായിരുന്നു.

ആ സമയം നാലഞ്ച് പൂക്കൾ കൊത്തിപ്പറന്നുവന്ന സ്നേഹക്കിളി അവന്റെ അടുത്തു വന്ന് ആ കൂടയിലേക്ക് താൻ കൊണ്ടുവന്ന പൂക്കൾ നിക്ഷേപിച്ചു. എന്നിട്ട് അവന്റെയൊപ്പം പൂക്കൾ ശേഖരിക്കാൻ തുടങ്ങി. ആ പാവം കിളിക്ക് അവനോട് സഹതാപം മാത്രമേ ഉണ്ടായിരുന്നുള്ളു.

കാലം കഴിയുംതോറും കൊച്ചു സന്ന്യാസിയുടെ കുശുമ്പും കുന്നായ്മയുംകൂടി വന്നതല്ലാതെ ഒട്ടും കുറഞ്ഞില്ല. ഒടുവിൽ കിളിയെ ഇല്ലായ്മചെയ്യാൻ ആദിവാസിയായ ഒരു യുവാവിനെത്തന്നെ അവൻ കൂട്ടുപിടിച്ചു.

തോലൻ എന്ന ആ യുവാവിന് ആദിവാസിഗ്രാമത്തിന്റെ മൂപ്പനാകണമെന്നു മോഹമുണ്ട്. ഇപ്പോഴത്തെ മൂപ്പന്റെ മകനാണവൻ. പക്ഷേ, ആചാരപ്രകാരം മറ്റൊരു ആദിവാസിക്കാണ് മൂപ്പനാകാൻ യോഗ്യത. ചിണ്ടൻ എന്നാണയാളുടെ പേര്. ചിണ്ടനെ എങ്ങനെയെങ്കിലും ഒഴിവാക്കാനുള്ള മാർഗ്ഗവും തേടി നടക്കുന്ന തോലനുമായി കൊച്ചു സന്ന്യാസി ചങ്ങാത്തം കൂടി. ഒടുവിൽ പദ്ധതി രൂപപ്പെട്ടു. ഒരു രാത്രി തോലൻ സ്നേഹക്കിളിയെ പിടിച്ച് കഴുത്തു ഞെരിച്ചു കൊന്നു. എന്നിട്ടതിനെ ചിണ്ടന്റെ കുടിയിൽ കൊണ്ടുപോയി വച്ചു. പുലർന്നപ്പോൾ ഗോസായി കിളിയെ വിളിച്ചു. കിളിയെ കാണാനില്ല. അന്വേഷണം പുരോഗമിച്ചപ്പോൾ ചിണ്ടന്റെ കുടിയിൽ ചത്ത കിളിയെ കണ്ടെത്തി. ചിണ്ടൻ കുറ്റക്കാരനായി മുദ്രയടിക്കപ്പെട്ടു. അവനെ മൂപ്പൻ മല കടത്തി. എല്ലാ നിയന്ത്രണവും വിട്ട ഗോസായി തന്റെ സ്നേഹക്കിളിയെ കൊന്ന ആദിവാസിയെയും അവന്റെ കുലത്തെയും അടച്ച് ശപിച്ചിട്ട് എങ്ങോട്ടോ പോയി. പിറ്റേന്ന് ആ മലയിലെ പൂക്കളാകെ വാടിക്കൊഴിഞ്ഞു. പഴങ്ങളെല്ലാം പുഴുവരിച്ചു. വൃക്ഷങ്ങളും സസ്യങ്ങളും ഉണങ്ങി വരണ്ടു.

കൊച്ചു സന്ന്യാസി എവിടെയോ പോയി. കുറ്റബോധം മൂലം തോലൻ പുഴയിൽച്ചാടി ചത്തു. ആദിവാസിക്കുടികളിൽ പകർച്ചവ്യാധി പടർന്നുപിടിച്ചു. ഒരുപാടാളുകൾ ചത്തടിഞ്ഞു.

അങ്ങനെ ഗോസായിമല ശാപത്തിന്റെ മലയായി മാറി. ഇന്നും അവിടെ ഒന്നും നട്ടാൽ മുളയ്ക്കില്ല. മുളച്ചാലും കായ്ക്കില്ല. സമ്പന്നതയിൽ കഴിഞ്ഞിരുന്ന ആദിവാസികൾ ഇന്ന് ദാരിദ്ര്യത്തിൽ മുഴുകിക്കഴിയുന്നു. വല്യപ്പച്ചൻ കഥ നിർത്തി. ഒരു നിമിഷം കഴിഞ്ഞ് ചോദിച്ചു:

“ഇനി പറയ്... നിനക്ക് ഗോസായിക്കുന്നിൽ പോകണോ?”

“പോകണം വല്യപ്പച്ചാ... ആ പാവങ്ങളെ എനിക്കൊന്നു കാണണം... അവനൊരു കുറ്റവും ചെയ്തില്ലല്ലോ... എന്നിട്ടും...”

“അതെ, അതാണ് മോനെ പറയുന്നത്. ഒരു തുള്ളി വിഷം മതി ഒരു പാൽക്കടൽ നശിപ്പിക്കാൻ... ശരി. നീ നാളെ വേണുവിനെ കൂട്ടി അവിടെ പൊയ്ക്കോ... വല്യമ്മച്ചിയോട് കുറച്ചു കാരോലപ്പമോ അവലോസുണ്ടയോ അരിയുണ്ടയോ ഒക്കെ വാങ്ങിക്കൊണ്ടു പോണം. അവിടെ ദാരിദ്ര്യംകൊണ്ടു കഷ്ടപ്പെടുന്ന പാവം കുട്ടികൾക്ക് അതൊക്കെ കൊടുക്കണം, കേട്ടോ?”

“ശരി വല്യപ്പച്ചാ...!”

അഭിക്ക് സന്തോഷവും ഉത്സാഹവും തോന്നി. അപ്പോൾത്തന്നെ ഗോസായിക്കുന്നിലേക്കു പുറപ്പെടാൻ അവൻ തയ്യാറായിരുന്നു. പക്ഷേ, നേരം വെളുക്കാതെ വേണു വരികയില്ലല്ലോ.

അഭി വല്യപ്പച്ചൻ പറഞ്ഞ കഥ ഓർത്തുകൊണ്ട് ഉറക്കം വരാതെ തിരിഞ്ഞും മറിഞ്ഞും കിടന്നു. ഒടുവിൽ

അവനുറങ്ങി. ഉറക്കത്തിൽ അവൻ സ്നേഹക്കിളിയെ സ്വപ്നം കണ്ടു.

സ്നേഹക്കിളിയെ കാണാൻ എന്തു ഭംഗി!

പഞ്ചവർണക്കിളി! സ്വർണത്തിന്റെ നിറമാണവളുടെ കൊക്കിന്. കണ്ണുകളിൽ സ്നേഹത്തിന്റെ ആഴമറിയാത്ത രണ്ട് സമുദ്രങ്ങൾ! അവളുടെ ചിറകടി സ്നേഹം, സ്നേഹം എന്ന് ഉരുവിടുംപോലെയാണ്.

സ്നേഹക്കിളി അവന്റെ തോളിൽ വന്നിരുന്നു. അവൾ സ്നേഹപൂർവം അവന്റെ മുടിയിലും ചെവിയിലുമൊക്കെ സ്വർണക്കൊക്കുകൊണ്ട് ഉരസി. അഭിക്ക് കുളിരുകോരും പോലെ തോന്നി.

"അഭീ, നീ നാളെ ഗോസായിക്കുന്നു കാണാൻ വരോ?"

"ഉം. തീർച്ചയായും വരും..."

"ശരി, നിന്നെ സ്വീകരിക്കാൻ ഞാനവിടെ ഉണ്ടാകും. പിന്നെ ഒരു കാര്യം... നീയെന്താ കൊണ്ടുവരിക?"

"സ്നേഹക്കിളിക്കെന്താ വേണ്ടത്... തേനോ, പഴമോ?"

"എനിക്കൊന്നും വേണ്ട. ആ കുന്നിൽ പട്ടിണിക്കോലങ്ങളായി കുറെ കുട്ടികളുണ്ട്. നീ അവർക്കായി എന്തു കൊണ്ടുവരും?"

"അവലോസുണ്ട, അരിയുണ്ട, പിന്നെ... അട..."

"മതി... മതി... നീ നല്ലവനാ അഭീ... സ്നേഹത്തിന്റെ വിലയറിയുന്നോനാ നീ..."

സ്നേഹക്കിളിയുടെ അഭിനന്ദനവാക്കുകൾ കേട്ടപ്പോൾ അവന് അഭിമാനം തോന്നി. പപ്പായും മമ്മിയും ഈ സ്നേഹക്കിളിയെ ഒന്നു കണ്ടിരുന്നെങ്കിൽ...! അവൻ ഓർത്തു.

“നീയെന്താ ആലോചിക്കുന്നത്?” കിളി ചോദിച്ചു.

“എന്റെ പപ്പായും മമ്മിയും എപ്പോഴും വഴക്കുപിടിക്കും. അവർക്ക് സ്നേഹിക്കാനറിയില്ല.”

“അതവരുടെ കുറ്റമല്ല അഭീ... ഈ ലോകത്തിന്റെ കുറ്റമാണ്. ഈ കാലത്തിന്റെ കുറ്റമാണ്. സാരമില്ല. എല്ലാം ശരിയാകും.”

അവനെ അങ്ങനെ സമാധാനിപ്പിച്ചിട്ട് സ്നേഹക്കിളി പറന്നുപോയി.

ആറ്

രണ്ടു സഞ്ചികളുമായിട്ടാണ് അഭിയും വേണുവും യാത്രയായത്. രണ്ടു സഞ്ചികളിലും മധുരപലഹാരങ്ങളാണ്. ആദിവാസിക്കുട്ടികൾക്കു നൽകാൻ വല്യപ്പച്ചനും വല്യമ്മച്ചിയുംകൂടി പൊതിഞ്ഞുകൊടുത്തതാണത്.

നാലു കിലോമീറ്റർ നടക്കണം ഗോസായിക്കുന്നിലെത്താൻ. അഭിക്കാണെങ്കിൽ ഒരു കിലോമീറ്റർപോലും ഇതുവരെ നടന്നു ശീലവുമില്ല. സ്കൂളിൽ പോകാൻ സ്കൂൾബസ് വരും. മറ്റെവിടെയെങ്കിലും പോകണമെങ്കിൽ പോർച്ചിൽ കിടക്കുന്ന കാറിൽ കയറിയിരിക്കുകയേ വേണ്ടൂ. ഡ്രൈവർ കൊണ്ടുപൊയ്ക്കോളും. പിന്നെന്തിനു നടക്കണം!

അതുകൊണ്ടുതന്നെ ആ നടപ്പ് അവൻ ആസ്വദിച്ചു. ക്ഷീണവും തളർച്ചയുമൊക്കെ തോന്നി. കാലുകൾക്ക് കഴപ്പു തോന്നി. പക്ഷേ, അവന്റെ മനസ്സിൽ നിറഞ്ഞുനിന്ന ഉത്സാഹം എല്ലാ ക്ഷീണത്തെയും മറികടക്കുന്നതായിരുന്നു.

ഏകദേശം പത്തു മണിയായപ്പോൾ അവർ ഗോസാ

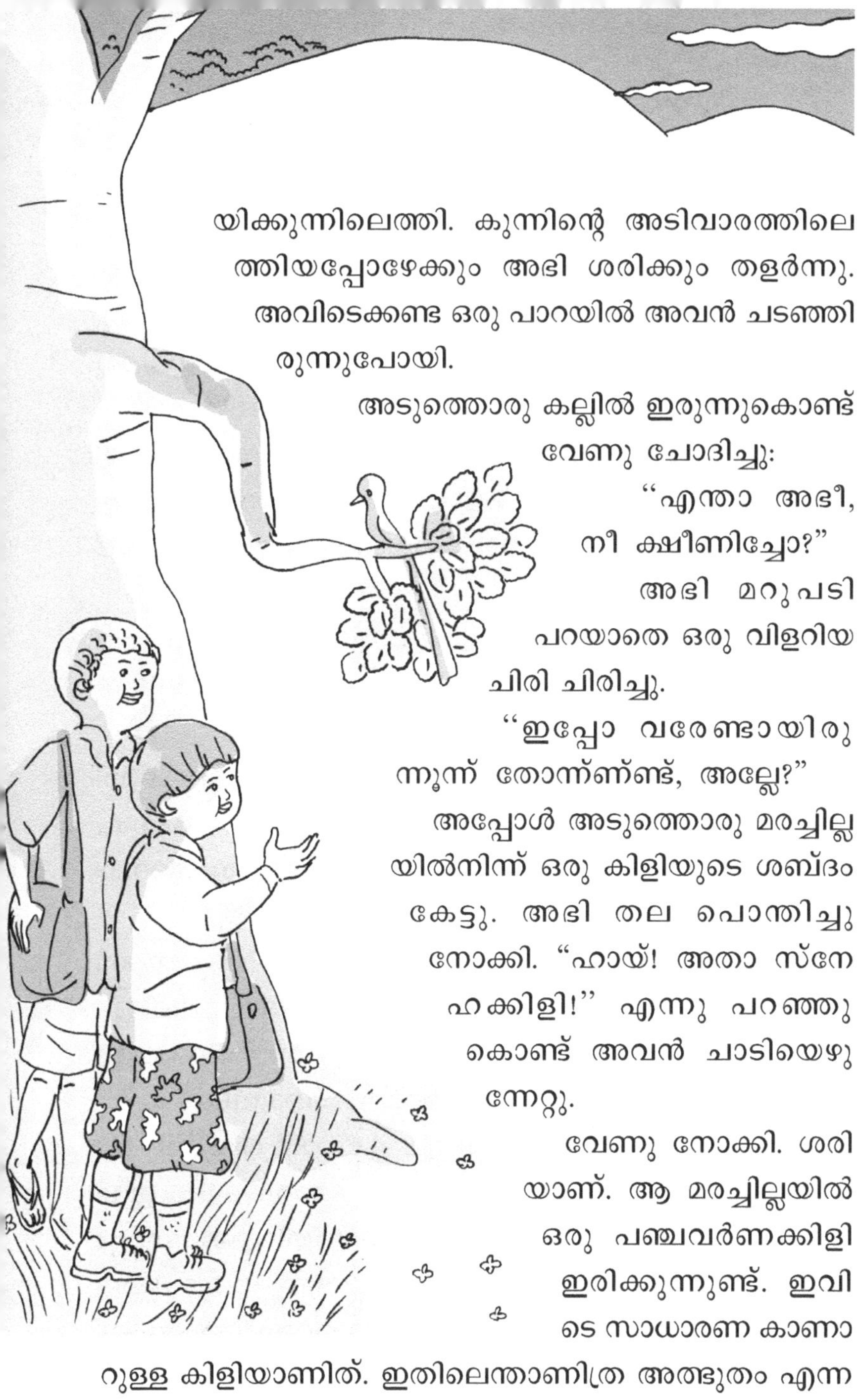

യിക്കുന്നിലെത്തി. കുന്നിന്റെ അടിവാരത്തിലെ ത്തിയപ്പോഴേക്കും അഭി ശരിക്കും തളർന്നു. അവിടെക്കണ്ട ഒരു പാറയിൽ അവൻ ചടഞ്ഞി രുന്നുപോയി.

അടുത്തൊരു കല്ലിൽ ഇരുന്നുകൊണ്ട് വേണു ചോദിച്ചു:

"എന്താ അഭീ, നീ ക്ഷീണിച്ചോ?"

അഭി മറുപടി പറയാതെ ഒരു വിളറിയ ചിരി ചിരിച്ചു.

"ഇപ്പോ വരേണ്ടായിരു ന്നൂന്ന് തോന്ന്ണ്ണ്ട്, അല്ലേ?"

അപ്പോൾ അടുത്തൊരു മരച്ചില്ല യിൽനിന്ന് ഒരു കിളിയുടെ ശബ്ദം കേട്ടു. അഭി തല പൊന്തിച്ചു നോക്കി. "ഹായ്! അതാ സ്നേ ഹക്കിളി!'' എന്നു പറഞ്ഞു കൊണ്ട് അവൻ ചാടിയെഴു ന്നേറ്റു.

വേണു നോക്കി. ശരി യാണ്. ആ മരച്ചില്ലയിൽ ഒരു പഞ്ചവർണക്കിളി ഇരിക്കുന്നുണ്ട്. ഇവി ടെ സാധാരണ കാണാ റുള്ള കിളിയാണിത്. ഇതിലെന്താണിത്ര അത്ഭുതം എന്ന റിയാതെ വേണു അഭിയുടെ മുഖത്തേക്കു നോക്കി.

"എന്താ അഭീ... നീയിത്തരം കിളികളെ കണ്ടിട്ടില്ലേ?"

"പോടാ മണ്ടാ... അതൊരു വെറും കിളിയൊന്നുമല്ല. വല്യപ്പച്ചന്റെ കഥയിലെ സ്നേഹക്കിളിയാ അത്. ഇന്നലെ രാത്രി സ്വപ്നത്തിൽ എന്റെ അടുത്തു വന്നു പറഞ്ഞു, അഭീ, നീ വരണം ഞാനവിടെ നിന്നെ കാത്ത് ഇരിക്കുമെന്ന്. കണ്ടില്ലേ... സ്നേഹക്കിളി നമ്മെ കാത്തിരുന്നത്..."

അഭിയുടെ ക്ഷീണമെല്ലാം എവിടെയോ പോയി ഒളിച്ചു. അവൻ ഉത്സാഹംകൊണ്ടു തുള്ളിച്ചാടി. ആ കിളി എങ്ങോട്ടോ പറന്നുപോയി. വേണു ചിരിച്ചുകൊണ്ട് പറഞ്ഞു:

"എടാ മണ്ടാ, വല്യപ്പച്ചൻ പറഞ്ഞത് ഒരു പഴങ്കഥയല്ലേ? അതിലെ സ്നേഹക്കിളി ചത്തുപോയില്ലേ? പിന്നെയെങ്ങനെയാടാ അതിവിടെ വരുന്നത്?"

"സ്നേഹം മരിക്കില്ല വേണൂ... സ്നേഹക്കിളിയും മരിക്കുകയില്ല. ഫാന്റത്തിനെപ്പോലെ അതെന്നും ജീവിക്കും... ഒരു കിളിയിൽനിന്നു മറ്റൊരു കിളിയായി... അങ്ങനെയങ്ങനെ..."

അതു പറയുമ്പോൾ അഭിയുടെ മുഖത്ത് ഒരു യോഗിവര്യന്റെ പ്രശാന്ത ഭാവമായിരുന്നു. വേണു ചിരിച്ചു. പക്ഷേ, അവൻ അഭിയെ കളിയാക്കിയില്ല. അഭി പറഞ്ഞതു വലിയൊരു സത്യമാണെന്ന് അവനും തോന്നി.

അവർ സഞ്ചിയും തൂക്കി മല കയറാൻ തുടങ്ങി. മലമുകളിലെത്തിയ അഭി ചുറ്റും നോക്കി. അവിടെയും ഇവിടെയുമായി ചില കമ്പുകളുയർത്തി അതിന്മേൽ പുല്ലും ഇലകളുമൊക്കെ വാരിയിട്ടിരിക്കുന്നു. വേണു ഇതുപോലെ കളിവീടുണ്ടാക്കാറുള്ള കാര്യം അഭി ഓർത്തു. ഒരുപക്ഷേ, ആദിവാസിക്കുട്ടികൾ കളിക്കാനുണ്ടാക്കിയ കളിവീടുകളായിരിക്കും ആ കാണുന്നത്. അഭി വിചാരിച്ചു. അവനത് ചോദിക്കുകയും ചെയ്തു.

"വേണൂ, നീയുണ്ടാക്കുന്നതുപോലെയുള്ള കളിവീടുകൾ കണ്ടോ... ആദിവാസിക്കുട്ടികളുണ്ടാക്കിയതായിരിക്കും, അല്ലേ?"

"അല്ല അഭീ, അത് കളിവീടൊന്നുമല്ല. ആദിവാസികളുടെ യഥാർത്ഥ വീടുകൾതന്നെയാണത്. മഴയിലും മഞ്ഞിലുമൊക്കെ അവർ അന്തിയുറങ്ങുന്ന വീടുകൾ!"

"ങ്ഹെ!" അഭി അത്ഭുതപ്പെട്ടുപോയി. ഈ വീടുകളിലെങ്ങനെ മനുഷ്യർ കഴിയും? പട്ടണത്തിലെ വീട്ടിൽ എന്തൊക്കെ സൗകര്യങ്ങളാണ്. എ സിയില്ലാതെ മമ്മിക്കുറങ്ങാനാവില്ല. ഇവർക്കതൊന്നുമില്ലല്ലോ.

അപ്പോഴേക്കും എവിടെനിന്നെന്നറിയാതെ ഒരുകൂട്ടം കുട്ടികൾ ഓടിയെത്തി. അവരെന്തൊക്കെയോ വിളിച്ചുപറയുന്നുണ്ടായിരുന്നു. നിമിഷങ്ങൾക്കകം ആ കുട്ടികൾ അവരുടെ മുന്നിൽ നിരന്നുനിന്നു. മിക്കവാറും എല്ലാവരുംതന്നെ നഗ്നരായിരുന്നു. അൽപ്പം പ്രായം കൂടിയ കുട്ടികൾ മാത്രം എന്തോ കീറത്തുണി ഉപയോഗിച്ച് നാണം മറച്ചിരുന്നു.

പട്ടിണിക്കോലങ്ങളായിരുന്നു അവർ. കഴുത്ത് നേർത്ത്, കണ്ണുകൾ കുണ്ടിലാണ്ട്, വയറുന്തി, ചന്തി തേമ്പി, ഈർക്കിലിക്കാലുകളിൽ വേച്ചുവേച്ച് നടക്കുന്ന വികൃതരൂപികൾ! ഒരു ഹാസ്യകാർട്ടൂണിലെ കഥാപാത്രങ്ങളെപ്പോലെ അവർ അഭിയെയും വേണുവിനെയും തുറിച്ചുനോക്കി.

"നിങ്ങൾക്കെല്ലാവർക്കും തരാൻ ഞങ്ങൾ പലഹാരങ്ങൾ കൊണ്ടുവന്നിട്ടുണ്ട്. ദേ, ഈ നിൽക്കുന്ന അഭിയുടെ വകയാണ് പലഹാരങ്ങൾ. ബഹളം കൂട്ടാതെ ഓരോരുത്തരായി വരണം..."

വേണു അങ്ങനെ പറഞ്ഞിട്ട് സഞ്ചിയിൽനിന്ന്

അവലോസുണ്ടയും ലഡുവുമൊക്കെ എടുത്ത് വിതരണം ചെയ്യാൻ തുടങ്ങി. ആ കുട്ടികൾ ആർത്തിയോടെ രണ്ടു കൈകളും നീട്ടി കിട്ടാവുന്നത്ര വാങ്ങി മാറിനിന്നു. കുറച്ചുനേരം അതു നോക്കി നിന്നിട്ട് അഭിയും പലഹാരവിതരണം തുടങ്ങി.

അവന്റെ മുന്നിലേക്ക് ആദ്യമെത്തിയത് ഒരു രണ്ടര വയസ്സുകാരനായിരുന്നു. ആ കുട്ടിയുടെ ദൈന്യത കണ്ടപ്പോൾ അഭിയുടെ ഹൃദയം വിങ്ങിപ്പൊട്ടുകയായിരുന്നു. അവനു വല്ലാത്തൊരു കുറ്റബോധം തോന്നി. ഈ കുഞ്ഞുങ്ങൾക്ക് ഒരു നേരംപോലും വയർ നിറയ്ക്കാൻ കഴിയാത്ത സാഹചര്യത്തിൽ താൻ ജിഞ്ചർ ചിക്കനും മട്ടൻകുറുമയും നെയ്മീൻ വറുത്തതും കൂട്ടി ഊണു കഴിക്കുന്നത് വലിയ തെറ്റാണെന്ന് അവന് തോന്നി.

തന്റെ മുറിയിലെ വാർഡ്റോബിലും പെട്ടികളിലുമായി എത്ര ഡസൻ ഉടുപ്പുകളുണ്ടാവും എന്നവന് അറിയില്ല. പലതും ഒരു തവണപോലും ഉപയോഗിച്ചിട്ടുമുണ്ടാവില്ല.

പിറന്നാളിനും ക്രിസ്മസിനും ഈസ്റ്ററിനും ഓണത്തിനുമൊക്കെ അവന് പുതിയ ഉടുപ്പുകൾ കിട്ടും. മമ്മിയും പപ്പായും മാത്രമല്ലല്ലോ അമ്മാവന്മാരും അയൽക്കാരുമൊക്കെ സമ്മാനിക്കാറുണ്ട്.

ഇവിടെയാണെങ്കിൽ ഈ കുട്ടികൾക്ക് ഒരു നൂൽത്തുണ്ടുപോലും കൊടുക്കാൻ ആരുമില്ല. ദൈവമേ! എന്തൊരു വലിയ അനീതിയാണിത്? ദൈവത്തിന്റെ മുന്നിൽ അഭിക്കും ഈ കുട്ടികൾക്കും തമ്മിലെന്താ ഭേദം? ഒന്നുമില്ല. എങ്കിൽപ്പിന്നെ ഇവരെന്തേ ഇങ്ങനെ നരകിക്കുന്നു? ദൈവത്തിനുപോലും ഇതിലൊരു ഉത്തരവാദിത്വവുമില്ലെന്നോ?

അഭിക്ക് സഹിക്കാനാവാത്ത സങ്കടവും പരിഭവവും ഒക്കെ തോന്നി. ആരോടാണു പറയേണ്ടത്? എന്താണു പറയേണ്ടത്? അവനറിയില്ല. ഇതൊന്നും ശരിയല്ല എന്നവനറിയാം. പക്ഷേ, ഇതൊക്കെ ആര് ശരിയാക്കും?

ഗോസായിയുടെ ശാപംകൊണ്ടാണോ ഇവരിങ്ങനെ കഷ്ടപ്പെടുന്നത്? പക്ഷേ, ഈ പാവങ്ങൾ എന്തു പിഴച്ചു? ഇവരുടെ ദൈന്യത സ്നേഹക്കിളി കാണുന്നില്ലേ? സ്നേഹക്കിളിയുടെ പേരിലല്ലേ ഇവർ ശപിക്കപ്പെട്ടവരായത്? എന്താ സ്നേഹക്കിളിയെങ്കിലും സത്യമറിയാത്തത്?

ഏഴ്

ക്രിസ്മസ് അവധി തീരുന്നതിന്റെ തലേന്ന് പപ്പാ കാറുമായി എത്തി. പോകാതെ കഴിയില്ലെന്ന് അഭിക്കറിയാം. അതുകൊണ്ടവൻ വാശിപിടിക്കാതെ മടങ്ങാൻ തയ്യാറായി. വല്യപ്പച്ചനും വല്യമ്മച്ചിക്കും ഉമ്മ കൊടുത്തപ്പോൾ അവർ കണ്ണീരൊഴുക്കി:

"എന്റെ പൊന്നുമോൻ സ്നേഹവും അലിവും കരുതലുമുള്ളവനായി വളരണം!"

വല്യപ്പച്ചൻ പറഞ്ഞ വാക്കുകൾ അവൻ മനസ്സിൽ കുറിച്ചിട്ടു. കാറിൽ ഇരിക്കുമ്പോൾ പപ്പാ എന്തൊക്കെയോ ചോദിച്ചെങ്കിലും ഒന്നിനും അവൻ വ്യക്തമായി മറുപടി പറഞ്ഞില്ല. അവന്റെ ഹൃദയമാകുന്ന ടി വി സ്ക്രീനിൽ ഒരുകൂട്ടം ആദിവാസിക്കുഞ്ഞുങ്ങൾ നഗ്നരായിനിന്ന് നിലവിളിക്കുകയായിരുന്നു. അവർക്ക് വിശക്കുന്നു! അവരുടെ വിശപ്പടക്കാൻ ആരുണ്ട്?

"ഹോ വിശപ്പ്!"

അഭി അറിയാതെ ഉറക്കെ പറഞ്ഞുപോയി. അതു കേട്ട് പപ്പാ ധരിച്ചത് അവന് വിശക്കുന്നുണ്ടെന്നായിരുന്നു.

അടുത്തു കണ്ട വലിയൊരു ഹോട്ടലിനു മുന്നിൽ കാർ നിർത്തിയിട്ട് പപ്പാ പറഞ്ഞു:

"വാ മോനേ, ഇതൊരു നല്ല ഹോട്ടലാ. നമുക്കിവിടെ നിന്നു വല്ലതും കഴിക്കാം."

"എന്തിന്? എനിക്കൊന്നും വേണ്ട..."

"പിന്നെ നീ വിശക്കുന്നെന്നു പറഞ്ഞതോ?"

"ഞാനെന്റെ വിശപ്പിന്റെ കാര്യമല്ല പറഞ്ഞത്..."

"പിന്നെ...?"

"ആ പാവം കുട്ടികൾ... അവരുടെ വിശപ്പടക്കാൻ പപ്പായ്ക്ക് പറ്റുമോ?"

"കുട്ടികളോ... ഏത് കുട്ടികൾ?"

"ഗോസായിക്കുന്നിലെ..."

"ഓ, ആ ആദിവാസിക്കുട്ടികളോ... അതിന് നീയവിടെ പോയിരുന്നോ?"

"ഉം..."

"എന്തിന്?"

"അവരെയൊക്കെ കാണാൻ..."

"എന്നിട്ട്?"

"ഞാനും വേണുവുംകൂടി അവർക്ക് അവലോസുണ്ടയും ലഡുവുമൊക്കെ കൊടുത്തു."

"നന്നായി മോനെ.. നന്നായി. പിന്നെന്തിനാ മോനിപ്പോൾ അവരെ ഓർത്ത് സങ്കടപ്പെടുന്നത്?"

"ഒരു ദിവസം വല്ലതും കൊടുത്തതുകൊണ്ടാകുമോ? അവർക്കെന്നും വിശക്കുകയില്ലേ?"

"അതിനു നമുക്കെന്തു ചെയ്യാൻ കഴിയും മോനെ. ഇത് ലോകത്തെവിടെയും ഇങ്ങനെയൊക്കെയാണ്. കഴിയുന്ന സഹായം ചെയ്യുക എന്നല്ലാതെ..."

പപ്പാ കാർ ഓടിച്ചുകൊണ്ടിരിക്കെ അഭിയെ ശ്രദ്ധി

ക്കുന്നുണ്ടായിരുന്നു. ഇവനാള് കൊള്ളാമല്ലോ. പള്ളിയിലെ അച്ചൻ പ്രസംഗിക്കുംപോലെയാണല്ലോ ഇവൻ വലിയ കാര്യങ്ങളൊക്കെ പറയുന്നത്! ഹും! മോശമില്ല. പപ്പാ ഒന്നു മന്ദഹസിച്ചു.

വീട്ടിലെത്തിയപ്പോൾ പതിവിനു വിപരീതമായി മമ്മി വീട്ടിൽത്തന്നെയുണ്ടായിരുന്നു. അഭിയെക്കണ്ടപ്പോൾ ഓടി വന്ന് കെട്ടിപ്പിടിച്ചുമ്മ നൽകി.

"ഓ... എന്റെ മോൻ വല്ലാതങ്ങ് ചടച്ചുപോയല്ലോ... കളീടെ കൂടുതലായിരിക്കും, അല്ലേ?"

മമ്മിയുടെ നോട്ടത്തിലെ കുറ്റപ്പെടുത്തൽ കണ്ടില്ലെന്നു നടിച്ചു അഭി. ഇന്നെന്താ മമ്മിയെങ്ങും പോകാതിരുന്നത്. അഭിയുടെ ആഗ്രഹംപോലെ ഇനിയെന്നും മമ്മി വീട്ടിൽത്തന്നെയുണ്ടാകുമോ? കൂടുതൽ ആലോചിക്കും മുൻപ് മമ്മിയുടെ തീരുമാനം അവൻ കേട്ടു:

"മമ്മിക്കിന്ന് ഇന്നർവീലിന്റെ ഒരു മീറ്റിംങ്ങുണ്ട്. കമ്മിറ്റിക്കാരിയായിപ്പോയില്ലേ. പോകാതെ പറ്റില്ല. മോൻ വന്നിട്ടു പോകാനിരിക്കുകയായിരുന്നു..."

നിമിഷങ്ങൾക്കകം മമ്മി സ്വന്തം കാറിൽ കയറിപ്പോയി. പപ്പായോടൊന്നും പറഞ്ഞില്ല. പപ്പാ ഒന്നും പറഞ്ഞതുമില്ല. മുഖം വീർപ്പിച്ചുകൊണ്ട് പപ്പാ മുകളിലേക്കു കയറിപ്പോയി.

എല്ലാം പതിവുപോലെ.

കുറച്ചു കഴിയുമ്പോൾ വയലിന്റെ ശബ്ദമുയരും... രാത്രി ഏതെങ്കിലും നേരത്ത് മമ്മി വന്നുകയറും. രണ്ടുപേരുംകൂടി വഴക്കുണ്ടാക്കും. പിന്നെ കിടന്നുറങ്ങും.

ഛേ! അഭിക്ക് മടുപ്പു തോന്നി. ഒരു കണക്കിനു തന്നെക്കാൾ ഭേദം ആ ആദിവാസിക്കുട്ടികളാണെന്ന് അവനു തോന്നി. മറ്റൊന്നും ഇല്ലെങ്കിലും അവർക്ക് സ്നേഹം കിട്ടു

ന്നുണ്ടാവും. അവരുടെ മമ്മിമാർക്ക് ഇന്നർവീലിന്റെ മീറ്റിങ്ങുണ്ടാവില്ലല്ലോ.

അഭി തലയും താഴ്ത്തി തന്റെ മുറിയിലേക്കു കയറി. വീഡിയോ ഗെയിം കളിക്കാനോ ടി വി കാണാനോ ഒന്നും അവനു തോന്നിയില്ല. അവൻ കട്ടിലിൽ കയറി കിടന്നു. മനസ്സിൽ ദുഃഖം ഒരു തേനീച്ചക്കൂടുപോലെ ഇരമ്പുകയാണ്.

അൽപ്പം കഴിഞ്ഞപ്പോൾ മുകളിൽനിന്നും വയലിന്റെ നാദമുയർന്നു. പപ്പാ ഫിറ്റായെന്നർത്ഥം! കഷ്ടംതന്നെ. വല്യപ്പച്ചനും വല്യമ്മച്ചിയും ഇപ്പോഴെന്തു ചെയ്യുകയായിരിക്കും? പ്രാർത്ഥിക്കുകയാവും. അല്ലെങ്കിൽ പ്രാർത്ഥന കഴിഞ്ഞ് പഴയ കഥകളും പറഞ്ഞ് ഇരിക്കുകയാവും. ചിലപ്പോൾ അവർ അഭിയെക്കുറിച്ചായിരിക്കും സംസാരിക്കുക. എന്നും അവരോടൊപ്പം ജീവിക്കാൻ കഴിഞ്ഞിരുന്നെങ്കിൽ എത്ര നന്നായിരുന്നു!

താൻ കരയുകയാണെന്ന് അഭിയറിഞ്ഞു. തലയിണക്കവർ നനഞ്ഞിരിക്കുന്നു. അവൻ കണ്ണുകൾ തുടച്ചു കമഴ്ന്നു കിടന്നു. കുഞ്ഞമ്മച്ചേടത്തി വന്ന് അവനെ ആഹാരം കഴിക്കാൻ വിളിച്ചു. അവൻ കേട്ടതായി നടിച്ചില്ല. കുറെ നേരം കാത്തു നിന്നിട്ട് അവർ മടങ്ങിപ്പോയി. പോകുമ്പോൾ അവർ പിറുപിറുക്കുന്നത് അഭി കേട്ടു:

“ഈശോയേ... മഹാ കഷ്ടംതന്നെ... എല്ലാം ഉണ്ട്. ഒന്നുമില്ലെന്നു പറഞ്ഞ മട്ടാണിവിടെ...”

ശരിയാ ചേടത്തി.

അഭി വിചാരിച്ചു, ചേടത്തി പറഞ്ഞതാ ശരി. ഇവിടെല്ലാമുണ്ട്. പക്ഷേ, ഒന്നില്ല, സ്നേഹം! സ്നേഹമില്ലാത്തിടം ഗോസായിക്കുന്നുപോലെയാണ്. അവിടം തരിശായിരിക്കും. അവിടെ ഒന്നും മുളയ്ക്കില്ല. മുളച്ചാലും കായ്ക്കില്ല!

ഉറക്കത്തിൽ അഭി ഗോസായിക്കുന്നിലെത്തി. അവിടെ അവനു ചുറ്റും ആദിവാസിക്കുട്ടികൾ നൃത്തം ചെയ്തു. അവനവരോടൊപ്പം ഓടിക്കളിക്കുകയും നൃത്തം ചെയ്യുകയും ചെയ്തു. അവൻ ഒരത്ഭുതം കണ്ടു. ആ കുട്ടികളാരും നഗ്നരല്ല. അവരെല്ലാവരും ഉടുപ്പുകൾ ധരിച്ചിട്ടുണ്ട്. വെറും ഉടുപ്പൊന്നുമല്ല. അടിപൊളി ഫാഷനിലുള്ള റെഡിമേഡ് ഉടുപ്പുകൾ. അവൻ സൂക്ഷിച്ചുനോക്കി. അമ്പടാ വീരന്മാരേ, ഇതെല്ലാം എന്റെ ഉടുപ്പുകളാണല്ലോ. ഇതെപ്പോ എങ്ങനെ കടത്തിക്കൊണ്ടുപോന്നു നിങ്ങൾ? ഏതായാലും നന്നായി. എന്റെ മുറിയിൽ വെറുതെ അടുക്കിവച്ചിരുന്ന ഉടുപ്പുകൾക്ക് ഉപയോഗമുണ്ടായല്ലോ, സന്തോഷം.

പൊടുന്നനെ എവിടെനിന്നോ സ്നേഹക്കിളി പറന്നെത്തി. അത് അവന്റെ ചുമലിൽ വന്നിരുന്നു. സ്വർണക്കൊക്കുകൊണ്ട് സ്നേഹപൂർവം അവന്റെ തലയിലും മുഖത്തും ഉരസി. എന്നിട്ടവൾ അഭിയോട് പറഞ്ഞു:

"അഭീ, ഈ കുട്ടികൾ നിന്റെ സഹോദരങ്ങളാണ്. ഇവരെ നീ വേണം രക്ഷിക്കാൻ. നിനക്കതിനു കഴിയും. കഴിയണം..."

സ്നേഹക്കിളി ചിറകടിച്ചു പറന്നുപോയി. അവളുടെ ചിറകടിയുടെ ശബ്ദം സ്നേഹം, സ്നേഹം എന്നായിരുന്നു.

അഭി അവൾ പറന്നകലുന്നതും നോക്കി നിന്നു.

എട്ട്

അഭിയുടെ പ്രകൃതം ആകെ മാറിപ്പോയി എന്ന് പപ്പായും മമ്മിയും മാത്രമല്ല അധ്യാപകരും അയൽക്കാരും അവന്റെ ചങ്ങാതിമാർപോലും പറയാൻ തുടങ്ങി. സംഗതി ശരിയുമാണ്. അവൻ സദാ ചിന്താക്ലാന്തനാണ്. ചിരിയും കളിയുമൊന്നുമില്ല. പക്ഷേ, പാഠങ്ങളൊക്കെ പഠിക്കും. ഹോംവർക്ക് ചെയ്യും. അദ്ധ്യാപകർ ചോദിക്കുന്ന ചോദ്യങ്ങൾക്ക് ശരിയുത്തരംതന്നെ നൽകും. ടെസ്റ്റ് പേപ്പറുകളിൽ നല്ല മാർക്ക് വാങ്ങും.

പിന്നെന്താ പ്രശ്നം?

അതെ, അതുതന്നെയാണ് മുതിർന്നവരെ അലട്ടുന്ന വലിയ പ്രശ്നം. ചൂണ്ടിക്കാണിക്കാൻ ഒന്നുമില്ല. നന്നായി പഠിച്ചില്ലെങ്കിൽ അത് ഒരാരോപണമാക്കാമായിരുന്നു. പിന്നെ അഭിക്കെന്താ കുഴപ്പം? കുഴപ്പമൊന്നുമില്ലേ? ഉണ്ട്. എന്താണത്? അതാർക്കും പറയാനും കഴിയുന്നില്ല.

ഈ പ്രായത്തിലുള്ള കുട്ടി ഇങ്ങനെയാകാമോ? അവൻ പൊട്ടിച്ചിരിക്കണം. ധാരാളം കളിക്കണം. നന്നായി ആഹാരം കഴിക്കണം. ഇടയ്ക്കിടെ പപ്പായോടും മമ്മി

യോടും പോക്കറ്റുമണി ചോദിക്കണം. എന്തെങ്കിലും വികൃതിയൊക്കെ ഒപ്പിച്ച് ഇടയ്ക്ക് രണ്ട് തല്ലു വാങ്ങണം.

ഇതൊന്നും അഭിയെ സംബന്ധിച്ചിടത്തോളം നടക്കുന്നില്ല. അവൻ വേറൊരു ലോകത്തുനിന്നു വന്ന ജീവിയെപ്പോലെ ജീവിക്കുകയാണ്. അല്ലെങ്കിൽ അവൻ വേറേതോ ലോകത്തിൽ ജീവിക്കുകയാണ്. ഇവിടത്തെ ഒരു കാര്യത്തിലും അവൻ തത്പരനല്ല. അതെങ്ങനെ ശരിയാകും? അത് സമ്മതിച്ചുകൊടുക്കാൻ പപ്പായ്ക്കോ മമ്മിക്കോ കഴിയുമോ? ഇല്ല.

അവർ സദാ അവന്റെ പിന്നാലെ കൂടി.

"എന്താ മോനേ നിനക്ക്... എന്താ നിനക്ക് പറ്റീത്?"

മറുപടി ഒരു വിളറിയ ചിരി. അല്ലെങ്കിൽ തലയൊന്നു കുലുക്കും. അതിലപ്പുറമൊന്നുമില്ല. അവർ സ്കൂളിൽ അന്വേഷിച്ചു. അഭിലാഷ് ചാക്കോയെക്കുറിച്ച് ഒരു പരാതിയുമില്ല. നന്നായി പഠിക്കുന്നുണ്ടല്ലോ. എല്ലാ ദിവസവും ക്ലാസിൽ ഹാജരുമുണ്ട്. ഒരു വഴക്കിലോ അടിപിടിക്കേസിലോ ഒന്നും അവൻ പ്രതിയോ വാദിയോ ആകാറില്ല.

എല്ലാം ശരിയാണ്. പക്ഷേ, എന്നിട്ടും അവനെന്തോ കുഴപ്പമുണ്ടെന്ന് അധ്യാപകർക്കും തോന്നാറുണ്ട്. കുഴപ്പമെന്താണെന്നു ചൂണ്ടിക്കാണിക്കാൻ ആർക്കും കഴിയുന്നില്ലെന്നു മാത്രം.

ഒരു രാത്രി ആ കുഴപ്പം പുറത്തുവന്നു.

എന്തോ ഒരത്ഭുതംപോലെ അന്ന് പപ്പായും മമ്മിയും അഭിയും ഒന്നിച്ച് ഭക്ഷണം കഴിക്കാനിരുന്നു. അഭി ഭക്ഷണത്തിൽ യാതൊരു താത്പര്യവും കാട്ടുന്നില്ലെന്ന് അവർ ശ്രദ്ധിച്ചു. വിഭവങ്ങളാണെങ്കിൽ ഒരുപാടുണ്ടായിരുന്നുതാനും.

രണ്ടുമൂന്നു തരം ഇറച്ചിക്കറികൾ. മീൻ വറുത്തതും

കറിവച്ചതും, കോളിഫ്ളവർ, ഗ്രീൻപീസ് തുടങ്ങി നിരവധി പച്ചക്കറിയിനങ്ങൾ. ചപ്പാത്തി, ചോറ്, ആപ്പിൾ, പൂവൻപഴം–ഇങ്ങനെ ഒരു നൂറുപേർക്ക് ഭക്ഷിക്കാൻ വേണ്ടത്ര വിഭവങ്ങളാണ് ആ ഡൈനിങ് ടേബിളിൽ ഇരിക്കുന്നത്.

അഭി മെല്ലെ കസേരയിൽനിന്നും എഴുന്നേറ്റു. ഓരോ പാത്രങ്ങളായി അവൻ മൂടി തുറന്നു പരിശോധിക്കാൻ തുടങ്ങി. തനിക്കിഷ്ടപ്പെട്ട വിഭവം തേടുകയാണ് അഭിയെന്നു കരുതി മമ്മി പറഞ്ഞുകൊണ്ടിരുന്നു:

"അത് കരിമീൻ മപ്പാസാ മോനേ... മോനു വലിയ ഇഷ്ടമല്ലെ. അത് ചെമ്മീനാ. അത് മട്ടൻ കുറുമ... അത് ചിക്കൻ ഫ്രൈ... അത് ഗോപി മഞ്ചൂരി... അത് ഫിഷ് മോളി.. അത് ബീഫ് ഫ്രൈ... അല്ലാ മോനിങ്ങനെ ഓരോന്നും നോക്കുന്നതല്ലാതെ ഒന്നും എടുത്തുകഴിക്കാത്തതെന്താ?"

പെട്ടെന്ന് അഭി മമ്മിയുടെ കണ്ണുകളിലേക്കു സൂക്ഷിച്ചുനോക്കി. അവന്റെ മുഖം വല്ലാതെ വലിഞ്ഞുമുറുകിയിരുന്നു. ആ കൊച്ചു കണ്ണുകളിൽനിന്ന് തീപ്പൊരി പാറുന്നതുപോലെ തോന്നി. സത്യം പറയട്ടെ, മമ്മി പേടിച്ചുപോയി.

"എന്താ, മോനേ, നിനക്കിഷ്ടമുള്ളതൊന്നും ഇതിലില്ലേ... എങ്കിൽ പറയ്... മോനിഷ്ടമുള്ളതെന്താന്ന് പറയ്... മമ്മി അതുണ്ടാക്കിച്ചു തരാം..."

"ഇഷ്ടമുള്ളതു പറയട്ടെ...?" അഭി നോട്ടം മാറ്റാതെ ചോദിച്ചു.

"ഉം... പറയ്..."

"മേലിൽ ഇവിടെ ഇതൊന്നും ഉണ്ടാക്കരുത്..."

"ങ്ഹെ? എന്താ മോൻ പറഞ്ഞത്?"

"ഇത്രയധികം ആഹാരപദാർത്ഥങ്ങൾ മേലിൽ

ഇവിടെ ഉണ്ടാക്കരുതെന്ന്. ഇത് രണ്ടോ മൂന്നോ മനുഷ്യർക്കല്ല... ഒരു നൂറു പേർക്കു കഴിക്കാനുള്ളതുണ്ട്. ഇങ്ങനെ ഇതൊക്കെ നശിപ്പിക്കാൻ പാടില്ല..."

"അമ്പടാ പിശുക്കാ... നീയിത്ര ചെറുപ്പത്തിലേ എവിടന്നു പഠിച്ചു ഈ പിശുക്ക്?"

ആ ചോദ്യത്തോടൊപ്പം മമ്മിയുടെ പൊട്ടിച്ചിരിയും മുഴങ്ങി. പക്ഷേ, പപ്പാ ചിരിച്ചില്ല. അഭിയും ചിരിച്ചില്ല. അഭി തുടർന്നു:

"പിശുക്കണം... ഇല്ലാത്തവർക്കായി ഉള്ളവർ പിശുക്കണം. ഇത്രയധികം ഭക്ഷണം ഉണ്ടാക്കാനും കഴിക്കാനും നമുക്ക് അധികാരമില്ല...!"

ഈ സമയമത്രയും പപ്പാ അത്ഭുതത്തോടെ അവനെ നോക്കുകയായിരുന്നു. ഒരു കുട്ടിയുടെ വായിൽനിന്ന് ഒരിക്കലും പുറപ്പെടാത്ത വാക്കുകളാണ് അവൻ പറയുന്നത്. അതൊക്കെയും ശരിയുമാണ്. പക്ഷേ, ഇവനിതെന്തുപറ്റി?

ഇപ്പോൾ മമ്മിയും ശരിക്ക് വിരണ്ടുപോയി. അവർ ഭക്ഷണം കഴിക്കൽ നിർത്തി അവനെത്തന്നെ തുറിച്ചു നോക്കി. ഇത് തന്റെ മകൻതന്നെയല്ലേ? അതോ ഉണ്ണി ഈശോയോ? ഇവനെന്താ വല്ല ബാധയും കൂടിയോ? ക്രിസ്മസ് അവധിക്ക് നാട്ടിൽ പോയപ്പോൾ ഏതോ കുന്നിലോ മലയിലോ ഒക്കെ അലഞ്ഞുനടന്നെന്നു പറഞ്ഞല്ലോ. അവിടെനിന്നെങ്ങാനും വല്ല ഗതികിട്ടാപ്രേതവും അഭിയുടെ ദേഹത്ത് കയറിയതാവും. അവർ ആ സംശയം പപ്പായോട് പറഞ്ഞു. അപ്പോൾ പപ്പാ വളരെ ശാന്തസ്വരത്തിൽ പറഞ്ഞു:

"ശരിയാണ്. ബാധതന്നെ. പക്ഷേ, അതവന്റെ ശരീരത്തിലല്ല മനസ്സിലാണ് കുടിയിരിക്കുന്നത്. ഗോസായിക്കുന്നിൽ അവൻ കണ്ടത് മറയില്ലാത്ത ദാരിദ്ര്യമാണ്. അതിരില്ലാത്ത ദാരിദ്ര്യം. ആ ദാരിദ്ര്യബാധയാണ് നമ്മുടെ മകനെ പിടികൂടിയിരിക്കുന്നത്..."

പപ്പാ എഴുന്നേറ്റ് കൈ കഴുകി. അഭിയെ വാരിയെടുത്തുകൊണ്ടു മുറിയിലേക്കു നടക്കുമ്പോൾ അദ്ദേഹത്തിന്റെ കണ്ണുകൾ നിറഞ്ഞൊഴുകുകയായിരുന്നു. മദ്യലഹരിയിലാണ്ടുപോയ കണ്ണുനീരായിരുന്നില്ല അത്.

മറിച്ച് തന്റെ മകനൊരു മാലാഖയായി ചിറകുവച്ചു പറക്കാൻ പോവുകയാണോ എന്ന ചിന്തയിൽനിന്നുണർന്ന സന്തോഷത്തിന്റെ കണ്ണുനീരായിരുന്നു അത്.

ഒമ്പത്

ആദ്യമൊന്നും അഭിയുടെ ആശയത്തോട് പൊരുത്തപ്പെടാൻ മമ്മി തയ്യാറില്ലായിരുന്നു. പക്ഷേ, പപ്പാ ഏറെക്കുറെ അവൻ പറയുന്നതൊക്കെ ശരിവച്ചു തുടങ്ങി. ഒടുവിൽ മമ്മിക്കും വഴങ്ങേണ്ടിവന്നു. അതിനു പക്ഷേ, ഒരു കാരണം വേണ്ടിവന്നു.

ഒരു ദിവസം രാവിലെ പപ്പാ കുളിക്കുകയായിരുന്നു. അപ്പോൾ മുകളിൽനിന്നും മമ്മി വിളിച്ചതുപോലെ അഭിക്കു തോന്നി. അവൻ ഓടിച്ചെന്നു. മമ്മി കട്ടിലിൽ കിടന്നു പിടയുന്നതാണ് അവൻ കണ്ടത്. നെഞ്ചത്ത് കൈയമർത്തിപ്പിടിച്ച് ശ്വാസംകഴിക്കാൻ വിഷമിക്കുന്നതുപോലെ മമ്മി കിടന്നുരുളുകയാണ്. ശരീരമാകെ വിയർക്കുന്നുമുണ്ട്.

പെട്ടെന്ന് അഭി തൊട്ടടുത്തുതന്നെ താമസിക്കുന്ന ഫാമിലി ഡോക്ടർക്ക് ഫോൺ ചെയ്തു. പിന്നെ ബാത്ത്റൂമിന്റെ വാതിൽക്കൽ ചെന്ന് പപ്പായോടും വിവരം പറഞ്ഞു. വീണ്ടും അവൻ മമ്മിയുടെ അടുത്ത് ഓടിയെത്തി. മമ്മി വെള്ളം വേണമെന്ന് ആംഗ്യം കാണിച്ചു.

അവൻ ഒരു ഗ്ലാസിൽ അൽപ്പം വെള്ളമെടുത്ത് അൽപ്പാൽപ്പം ഒഴിച്ചുകൊടുത്തു.

അപ്പോഴേക്കും ഡോക്ടറെത്തി. പപ്പായും ഓടിവന്നു. ഹൃദയാഘാതമാണെന്നു മനസ്സിലാക്കിയ ഡോക്ടർ ഉടനെ ഹോസ്പിറ്റലിലേക്ക് മമ്മിയെ മാറ്റാൻ നിർദ്ദേശിച്ചു. അദ്ദേഹവും പപ്പായുംകൂടി താങ്ങി മമ്മിയെ കാറിൽ കയറ്റി. അഭിയും ഒപ്പം കയറി.

48 മണിക്കൂറുകൾ മമ്മിയെ ഇന്റൻസീവ് കെയർ യൂണിറ്റിൽ കിടത്തി പരിചരിച്ചു. ആദ്യം അഭിക്കുപോലും പ്രവേശനം ഉണ്ടായിരുന്നില്ല. കണ്ണാടിയിൽക്കൂടി കാണാൻ മാത്രമേ സാധിച്ചുള്ളു. 24 മണിക്കൂർ കഴിഞ്ഞപ്പോൾ അകത്തു കയറി കാണാൻ സമ്മതിച്ചു.

അഭി അടുത്തു ചെന്നപ്പോൾ അവന്റെ കൈ പിടിച്ചു ചുണ്ടത്തമർത്തി മമ്മി തേങ്ങിക്കരഞ്ഞു. അതു കണ്ട് ഡോക്ടർ വിലക്കി. പിന്നെ രണ്ടു ദിവസം കഴിഞ്ഞിട്ടേ അകത്തേക്കു പ്രവേശിപ്പിച്ചുള്ളു.

ഒരുവിധം ആശ്വാസമായപ്പോൾ മമ്മിയെ സാധാരണ മുറിയിലേക്കു മാറ്റി. അഭി കിടക്കയിൽനിന്നു മാറാതെ മമ്മിയെ ശുശ്രൂഷിച്ചു. ഒരു ദിവസം മമ്മി അവനോടു പറഞ്ഞു:

“മോനേ, മമ്മി ഐസിയൂവിൽ കിടന്നപ്പോൾ ഒരു സ്വപ്നം കണ്ടു...”

“എന്താ മമ്മീ അത്...?”

“മമ്മിയെ കുറെ ചെകുത്താന്മാർ കയറിട്ട് കെട്ടിവലിച്ചുകൊണ്ടു പോകാൻ തുടങ്ങി. അപ്പോൾ ഒരു മാലാഖ അവിടെ വന്നു. മാലാഖയുടെ തോളിൽ ഒരു പഞ്ചവർണക്കിളിയും ഉണ്ടായിരുന്നു. മാലാഖ കൈ ഉയർത്തി വീശിയപ്പോൾ ചെകുത്താന്മാരെല്ലാം ഓടിപ്പോയി. മാലാഖ

മമ്മിയെ എടുത്തു മടിയിൽ തലവച്ചു കിടത്തി. മമ്മി മാലാഖയുടെ മുഖത്തേക്കു നോക്കി. ആ മാലാഖ എന്റെ പൊന്നുമോനായിരുന്നു...”

മമ്മി അതും പറഞ്ഞ് അവനെ കെട്ടിപ്പിടിച്ചു കരഞ്ഞു.

“അന്ന് രാത്രി ഉറങ്ങിക്കിടക്കുന്ന നിന്നെ നോക്കി പപ്പാ പറഞ്ഞു, ഈ കിടക്കുന്നതൊരു മാലാഖയാണെന്ന്. പപ്പാ കള്ളു കുടിച്ച് എന്തോ പറയുകയാണെന്ന് മമ്മി വിചാരിച്ചു. പക്ഷേ, ആ സ്വപ്നം കണ്ടപ്പോൾ മമ്മിക്ക് ബോദ്ധ്യമായി മോനേ... നിന്റെ മനസ്സിലെ സ്നേഹവും കാരുണ്യവും കാണാൻ മമ്മിക്ക് ഇതുവരെ കഴിഞ്ഞില്ല...”

അഭി ഒന്നും പറഞ്ഞില്ല. അവന്റെ കണ്ണുകൾ നിറയുകയായിരുന്നു. അവൻ മമ്മിയെ കെട്ടിപ്പിടിച്ച് ഒരുപാട് ഉമ്മകൾ നൽകി. എന്നിട്ട് മമ്മിയുടെ കൈത്തലം മടിയിലെടുത്തുവച്ചു തലോടിക്കൊണ്ടിരുന്നു. അവന്റെ മുഖത്തേക്കു നോക്കി മമ്മിയും അങ്ങനെ കിടന്നു. കുറച്ചു കഴിഞ്ഞപ്പോൾ അഭി വിളിച്ചു:

“മമ്മീ!”

“എന്താ മോനേ...”

“ഞാനൊരു കാര്യം പറയട്ടെ...”

“പറയൂ...”

“മമ്മിക്ക് ഒരുപാട് വലിയ കാര്യങ്ങൾ ചെയ്യാൻ കഴിയും. നമുക്ക് പണമുണ്ട്. വലിയ വലിയ ആളുകളുമായി മമ്മിക്കും പപ്പായ്ക്കും പരിചയമുണ്ടല്ലോ. അവരിൽനിന്നും പണം കിട്ടും. അതൊക്കെ ഉപയോഗിച്ച് നമുക്കു പാവപ്പെട്ടവർക്ക് സഹായം നൽകണം. നമ്മുടെ പട്ടണത്തിലെ കോളനികളിൽ കഴിയുന്ന പാവങ്ങൾ എന്തെല്ലാം ദുരിതമാണനുഭവിക്കുന്നത്. കുടിക്കാൻ നല്ല വെള്ളംപോലും അവർക്ക് കിട്ടുന്നില്ല. അങ്ങനെയുള്ളവരെ സഹായിക്കാൻ മമ്മിക്ക് കഴിയില്ലേ?”

"കഴിയും മോനേ. മമ്മി തീർച്ചയായും അതൊക്കെ ത്തന്നെയാണിനി ചെയ്യാൻ പോകുന്നത്. പപ്പായും അതിൽ സഹകരിക്കും. എല്ലാം ഇനി മോന്റെ ആഗ്രഹം പോലെതന്നെ നടക്കും..."

"മമ്മിക്ക് ഒരു കഥ കേൾക്കണോ... വല്യപ്പച്ചൻ പറഞ്ഞ കഥയാ..."

"കേൾക്കണം. മോൻ പറയ്..."

അഭി വല്യപ്പച്ചൻ പറഞ്ഞ ഗോസായിക്കുന്നിന്റെ കഥ പറഞ്ഞു. അതിനുശേഷം അവനും വേണുവുംകൂടി ഗോസായിക്കുന്നിൽ പോയതും പോകുന്നതിന്റെ തലേ രാത്രി സ്നേഹക്കിളിയെ സ്വപ്നം കണ്ടതും ഗോസായി ക്കുന്നിലെത്തിയപ്പോൾ ഒരു മരത്തിലിരുന്ന് സ്നേഹക്കിളി അവന് സ്വാഗതമോതിയതുമൊക്കെ അവൻ വർണിച്ചു. അത് സ്നേഹക്കിളിയല്ലെന്ന് വേണു പറഞ്ഞതും അഭി തർക്കിച്ചതും സ്നേഹക്കിളി ഏക്കാലവും ജീവിക്കുന്ന കിളിയാണെന്നു വാദിച്ചതും അവൻ പറഞ്ഞു. അപ്പോൾ മമ്മി അത്ഭുതത്തോടെ പറഞ്ഞു:

"മോനീ കഥയൊക്കെ ഇപ്പോഴല്ലേ മമ്മിയോടു പറ ഞ്ഞത്. പക്ഷേ, മോനേ, സ്വപ്നത്തിൽ മാലാഖയായി വന്ന മോന്റെ തോളിൽ മമ്മി കണ്ടതും ആ സ്നേഹക്കിളിയെ യായിരുന്നല്ലോ! എന്തൊരത്ഭുതം!"

"മമ്മീ, നമുക്ക് ഗോസായിക്കുന്നിലെ പാവപ്പെട്ടവർക്കു വേണ്ടിയും എന്തെങ്കിലുമൊക്കെ ചെയ്യണം..."

"ചെയ്യണം മോനെ... എല്ലാം ചെയ്യാം. കർത്താവ് മമ്മിക്ക് ആയുസ്സ് തന്നാൽ എല്ലാം ചെയ്യാം."

അതു കേട്ടുകൊണ്ടു മുറിയിലേക്കു വന്ന പപ്പാ സ്നേ ഹപൂർവ്വം മമ്മിയുടെ നെറ്റി തടവിക്കൊണ്ടു ചോദിച്ചു:

"എന്തു ചെയ്യുന്ന കാര്യമാ ഗ്രേസീ നീ പറയുന്നത്?"

"നമ്മുടെ പൊന്നുമോന് ഒരുപാട് ആഗ്രഹങ്ങളുണ്ട്. കോളനികളിലും ഗോസായിക്കുന്നിലുമൊക്കെ അവൻ കണ്ട പാവപ്പെട്ടവരെയൊക്കെ സഹായിക്കണം. നമുക്കെന്തെല്ലാം ചെയ്യാമോ അതൊക്കെ ചെയ്യണം, അല്ലേ തമ്പിച്ചായാ..."

"ഉം. നിന്റെയും എന്റെയും കണ്ണു തുറപ്പിക്കാൻ അവൻ വേണ്ടിവന്നു..."

പപ്പാ അവനെ ചേർത്തുനിർത്തി. അവന് എന്തെന്നില്ലാത്ത സന്തോഷം തോന്നി. പപ്പായും മമ്മിയും എത്ര സ്നേഹത്തോടെ ഇടപെടുന്നു. ഇത് കാണാനായിരുന്നു അഭി ഇത്ര കാലവും കാത്തിരുന്നത്.

"ഇനിയൊരിക്കലും പപ്പായും മമ്മിയും വഴക്കുകൂടരുത്."

"ഇല്ല മോനേ... ഇനിയൊരിക്കലും അതുണ്ടാവില്ല."

അവരിരുവരും ഒന്നിച്ചാണതു പറഞ്ഞത്. അഭിക്ക് സന്തോഷമായി. അവന്റെ രണ്ടു കവിളിലും രണ്ടുപേരും ഓരോ സ്നേഹചുംബനം പകർന്നു.

ഒരാഴ്ചകൂടി കഴിഞ്ഞാണ് മമ്മിയെ ഡിസ്ചാർജ് ചെയ്തത്. പിന്നെ ഒരു മാസം വിശ്രമമായിരുന്നു. യാത്ര ചെയ്യാറായപ്പോഴേക്കും അഭിയുടെ മധ്യവേനൽ അവധി ആരംഭിച്ചിരുന്നു.

ഒരു ദിവസം അവന്റെ താൽപ്പര്യപ്രകാരം മമ്മിയും പപ്പായും അവനുംകൂടി നാട്ടിലേക്കു തിരിച്ചു. ഗോസായിക്കുന്ന് ഒന്നു കാണണമെന്ന് മമ്മിക്കും ആഗ്രഹമുണ്ട്. അതുകൊണ്ട് പപ്പായും മമ്മിയും അഭിയും വേണുവും കൂടി വലിയ പലഹാരപ്പൊതികളുമായി ഗോസായിക്കുന്നിലേക്കു തിരിച്ചു. കുന്നിന്റെ താഴെവരെ കാറിലാണവർ പോയത്. കാറിൽ കുട്ടികൾക്ക് കൊടുക്കാനായി അഭി

യുടെ പുതിയ ഉടുപ്പുകൾ ഉൾപ്പെടെ ഒരുപാട് തുണിത്തരങ്ങളും അവർ കരുതിയിരുന്നു. കുന്നു കയറാൻ മമ്മിക്ക് വയ്യ. എങ്കിലും താഴെ നിന്നു കാണാമല്ലോ.

കാർ ഗോസായിക്കുന്നിന്റെ താഴ്‌വാരത്തിൽ നിന്നപ്പോൾ ആ ശബ്ദം കേട്ട് മുകളിൽനിന്നും ഓടിയിറങ്ങി വന്ന ആദിവാസിക്കുട്ടികൾ അവർക്കു ചുറ്റും കൂടി. കാറിൽനിന്നും പലഹാരപ്പൊതികളും തുണിത്തരങ്ങളും എടുത്ത് അവർക്കു നൽകിയത് അഭിയും വേണുവുംകൂടിയാണ്.

അഭിയുടെ മുഖത്ത് സന്തോഷത്തിന്റെ ആയിരം നക്ഷത്രങ്ങൾ തിളങ്ങിനിൽക്കുന്നതു കണ്ട് പപ്പായും മമ്മിയും സന്തോഷിച്ചു.

അപ്പോൾ മുകളിലൊരു മരച്ചില്ലയിലിരുന്ന് സ്നേഹക്കിളി വിളിച്ചുചോദിച്ചു:

"അഭീ, നീ വീണ്ടും വന്നോ?"

അഭി ചിരിച്ചുകൊണ്ട് സ്നേഹക്കിളിയുടെ നേരെ കൈ വീശി. എന്നിട്ടവൻ മമ്മിയോടു പറഞ്ഞു:

"മമ്മീ, അതാണ് ഞാൻ പറഞ്ഞ സ്നേഹക്കിളി..."

"കർത്താവേ എന്തൊരത്ഭുതം! ഈ പഞ്ചവർണക്കിളിയെത്തന്നെയാണ് ഞാനും എന്റെ സ്വപ്നത്തിൽ കണ്ടത്!"

അപ്പോഴേക്കും മുതിർന്ന ആദിവാസികൾ മൂപ്പന്റെ നേതൃത്വത്തിൽ അങ്ങോട്ടു വന്നു. അഭിയുടെ പപ്പാ ബാഗ് തുറന്ന് ഒരു വലിയ കെട്ട് നോട്ട് പുറത്തെടുത്തു. ആ പണം മൂപ്പനു നൽകിയിട്ടു പറഞ്ഞു:

"ഇതൊരുപാടൊന്നുമില്ല. എങ്കിലും ഉള്ളതുകൊണ്ട് ഇവർക്കൊക്കെ വേണ്ടി മൂപ്പൻ എന്തെങ്കിലുമൊക്കെ ചെയ്യണം. ഇനിയും ഞങ്ങൾ ഇടയ്ക്കിടെ ഇതുപോലെ വരാം. ആവുന്നതൊക്കെ ചെയ്യാം."

രണ്ട് കൈകളും തലയ്ക്കു മുകളിൽ കൂപ്പിപ്പിടിച്ചുകൊണ്ട് മൂപ്പൻ അവർക്ക് നന്ദി പറഞ്ഞു. അപ്പോൾ അവരുടെ കണ്ണുകളിലും സന്തോഷത്തിന്റെ നക്ഷത്രങ്ങൾ മിന്നുന്നുണ്ടായിരുന്നു.

സന്ധ്യയോടെ അവർ ഗോസായിക്കുന്നിൽനിന്നും മടങ്ങി.

ഒരു മരച്ചില്ലയിലിരുന്ന് ചിറകുകൾ വിടർത്തി വീശിക്കാട്ടിക്കൊണ്ട് സ്നേഹക്കിളി അവർക്ക് "ടാറ്റാ" പറഞ്ഞു.

അഭിയും ചിരിച്ചുകൊണ്ട് കൈവീശി. അത് കണ്ട് പപ്പായും മമ്മിയും സ്നേഹക്കിളിക്ക് നേരെ കൈകൾ വീശി.

"ടാറ്റാ... ഞങ്ങൾ വീണ്ടും വരാം."